இலக்கியமும் திறனாய்வும்

இலக்கியமும் திறனாய்வும்

க. கைலாசபதி (1933–1982)

தமிழின் தலையாய மார்க்சிய இலக்கிய விமர்சகராக மதிக்கப்படும் கைலாசபதி, மலேசியாவின் கோலாலம்பூரில் பிறந்தவர். தாய்: தில்லைநாயகி; தந்தை: இளையதம்பி கனகசபாபதி.

கோலாலம்பூரில் தொடக்கக் கல்வி பயின்ற கைலாசபதி, இரண்டாம் உலகப் போரின் முடிவில் சொந்த ஊரான யாழ்ப்பாணம் திரும்பினார். யாழ்ப்பாணம் இந்துக் கல்லூரியில் இடைநிலை படித்த காலத்தில் மு. கார்த்திகேசன் தொடர்பினால் மார்க்சியத்தின்பால் ஈர்க்கப்பட்டார். பின்னர் கொழும்பு ராயல் கல்லூரியிலும் பேராதனைப் பல்கலைக் கழகத்திலும் படித்தார். பட்டம் பெற்றதும், 1957இல் கொழும்பு *தினகரன்* நாளிதழில் உதவியாசிரியரானார். 1958 முதல் 1961 வரை அதன் ஆசிரியராகக் கைலாசபதி இருந்த காலத்தில் *தினகரன்* ஈழத்து இலக்கியச் சூழலில் பெருந்தாக்கத்தை ஏற்படுத்தியது; முற்போக்கு இலக்கிய இயக்கம் காலூன்றுவதற்கும் காரணமானது. 1961இல் பேராதனைப் பல்கலைக்கழகத்தில் ஆசிரியப் பணியைத் தொடங்கிய கைலாசபதி, 1963இல் இங்கிலாந்தின் பர்மிங்ஹாம் பல்கலைக்கழகத்தில் சேர்ந்து, புகழ்பெற்ற மார்க்சிய அறிஞர் ஜார்ஜ் தாம்சன் மேற்பார்வையில் பிஎச்.டி. பட்டம் பெற்றார். இந்த ஆய்வேட்டை ஆக்ஸ்போர்டு பல்கலைக்கழகப் பதிப்பகம் நூலாக வெளியிட்டது. 1966இல் இலங்கைக்குத் திரும்பிய கைலாசபதி, பேராதனையிலும் கொழும்புவிலும் பணியாற்றிய பின் 1974இல் யாழ்ப்பாணப் பல்கலைக்கழகம் நிறுவப்பட்டபொழுது அதன் தலைவராகவும் பேராசிரியராகவும் அமர்ந்து, அதன் வளர்ச்சியில் முக்கியப் பங்காற்றினார்.

ஐயோவா பல்கலைக்கழகப் படைப்பெழுத்துத் திட்டத்தின் ஃபெல்லோவாகவும் (1977), கலிபோர்னியா (பெர்க்லி) பல்கலைக்கழகத்தின் வருகைப் பேராசிரியராகவும் (1978) விளங்கிய கைலாசபதி, சீன அரசின் அழைப்பின்பேரில் சீனாவிற்கும் பயணம் மேற்கொண்டார்.

1982 டிசம்பரில் கைலாசபதி நோயுற்றுக் காலமானார்.

மனைவி: சர்வமங்களம். மகள்கள்: சுமங்களா, பவித்ரா.

கைலாசபதி நூல்கள்

இரு மகாகவிகள் (1962)

பண்டைத் தமிழர் வாழ்வும் வழிபாடும் (1966)

தமிழ் நாவல் இலக்கியம் (1968)

Tamil Heroic Poetry (1968)

ஒப்பியல் இலக்கியம் (1969)

அடியும் முடியும் (1970)

கவிதை நயம் (இணையாசிரியர்: இ. முருகையன்) (1970)

இலக்கியமும் திறனாய்வும் (1972)

சமூகவியலும் இலக்கியமும் (1979)

மக்கள் சீனம்: காட்சியும் கருத்தும்
 (இணையாசிரியர்: சர்வமங்களம் கைலாசபதி) (1979)

திறனாய்வுப் பிரச்சனைகள்: க.நா.சு. குழு பற்றிய ஆய்வு (1980)

நவீன இலக்கியத்தின் அடிப்படைகள் (1980)

இலக்கியச் சிந்தனைகள் (1983)

பாரதி ஆய்வுகள் (1984)

ஈழத்து இலக்கிய முன்னோடிகள் (1986)

On Art and Literature (1986)

On Bharati (1987)

சர்வதேச அரசியல் நிகழ்வுகள் பற்றி, 1979–1982 (1992)

நாவலர் பற்றிக் கைலாசபதி (2005)

க. கைலாசபதி

இலக்கியமும் திறனாய்வும்

காலச்சுவடு பதிப்பகம்

அன்பார்ந்த வாசகருக்கு,

வணக்கம்.

காலச்சுவடு நூலை வாங்கியமைக்கு நன்றி.

நூலின் உள்ளடக்கம், உருவாக்கம், அட்டைப்படம் இன்ன பிற அம்சங்கள் பற்றிய உங்கள் கருத்துகளையும் ஆலோசனைகளையும் காலச்சுவடு வரவேற்கிறது. தகவல், எழுத்து, வாக்கியப் பிழைகள் தென்பட்டால் கட்டாயம் தெரிவித்து உதவுங்கள். நூல் தயாரிப்பில் கடும் குறைபாடு இருப்பின் மாற்றுப் பிரதி உங்களுக்குக் கிடைக்கக் காலச்சுவடு ஏற்பாடு செய்யும்.

மின்னஞ்சல்: publisher@kalachuvadu.com

காலச்சுவடு நாகர்கோவில் தலைமையகத்துக்கும் கடிதம் அனுப்பலாம்.

தங்கள்
எஸ்.ஆர். சுந்தரம் (கண்ணன்)
பதிப்பாளர் – நிர்வாக இயக்குநர்

இலக்கியமும் திறனாய்வும் ♦ கட்டுரைகள் ♦ ஆசிரியர்: க. கைலாசபதி ♦ © சுமங்களா கைலாசபதி ♦ முதல் பதிப்பு: ஏப்ரல் 1972 ♦ காலச்சுவடு முதல் பதிப்பு: பிப்ரவரி 2021 வெளியீடு: காலச்சுவடு பப்ளிகேஷன்ஸ் (பி) லிட்., 669, கே.பி. சாலை, நாகர்கோவில் 629001

காலச்சுவடு வெளியீடு: 983

ilakkiyamum tiRanaayvum ♦ Essays ♦ K. Kailasapathy ♦ © Sumangala Kailasapathy ♦ Language: Tamil ♦ First Edition: April 1972 ♦ Kalachuvadu First Edition: February 2021 ♦ Size: Demy 1 x 8 ♦ Paper: 18.6 kg maplitho ♦ Pages: 152

Published by Kalachuvadu Publications Pvt. Ltd., 669, K.P. Road, Nagercoil 629001, India ♦ Phone: 91-4652-278525 ♦ mail: publications @kalachuvadu.com ♦ Printed at Print Point Offset Printers, Nagercoil 629001

ISBN: 978-93-90802-49-4

02/2021/S.No.983, kcp 2822, 18.6 (1) 9ss

பொருளடக்கம்

	முன்னுரை	9
1.	மொழியும் இலக்கியமும்	17
2.	இலக்கியமும் கோட்பாடுகளும்	31
3.	திறனாய்வுக் கொள்கைகள்	71
4.	தற்காலத் தமிழிலக்கியத் திறனாய்வுப் போக்குகள்	105
	பிற்சேர்க்கை	126
	உசாத்துணை நூல்கள்	138
	ஆசிரியர் பெயர் அகராதி	141
	நூற்பெயர் அகராதி	144
	பொருள் அகராதி	146

இந்த நூல்
மார்ச் 1981இல் சென்னை புக் ஹவுஸ் வெளியிட்ட
மூன்றாம் பதிப்பை அடியொற்றியது.

இந்த நூலை மேற்பார்த்து உதவிய
முனைவர் ப. சரவணனுக்கு
நன்றி.

முன்னுரை

ஆசிரியக் கலாசாலைகளில் தமிழ்ப் பாடத்துக்கான புதிய பாடத்திட்டத்தைப் பற்றிய கருத்தரங்கு ஒன்று 1971ஆம் ஆண்டு யூன் மாதம் 13, 14, 15ஆம் திகதிகளில் கோப்பாய் அரசினர் மகளிர் ஆசிரியக் கலாசாலையில் நடைபெற்றது. மொழிபயிற்றல், இலக்கியங் கற்பித்தல் என்பன குறித்து நடைபெற்ற அக்கருத்தரங்கில் இலக்கியங் கற்பித்தல் பற்றி நான் நிகழ்த்திய மூன்று உரைகளே சிற்சில திருத்தங்களுடன் இப்பொழுது நூல் வடிவம் பெறுகின்றன.

கருத்தரங்கு, கலந்துரையாடல் என்ற சொற்றொடர்கள் குறிப்பதற்கேற்ப, சம்பிரதாயங்கள் எதுவுமின்றி, ஒருவரையொருவர் நன்கு தெரிந்த நிலையில் இடையிடையே உரையாடல்கள் நிகழும் சூழலில் நிகழ்த்தப்பெற்றவை இவ்வுரைகள். இவற்றை நூலாக்கும்பொழுது இன்றியமையாத் திருத்தங்கள் சிலவற்றைச் செய்துள்ளேனெனினும் மூலப்படிவத்திலிருந்த பேச்சுத் தோரணையில் மாற்றமெதுவும் செய்யவில்லை. சொற்பொழிவு களைக் கேட்டோர் பெற்ற அனுபவம் ஓரளவிற்காவது நூலைப் படிப்போருக்கும் ஏற்படவேண்டும் என்பதே என் விருப்பம்.

இந்நூலில் கூறப்பட்டுள்ள விஷயங்கள் அனைத்தும் புதியவை அல்ல. ஆயினும், சிலவற்றுக்கு நான் கொடுத்திருக்கும் அழுத்தம் புதிய சிந்தனைகளைத் தோற்றுவிக்கும் என நம்புகிறேன். 'அநுபூதி' நெறிப்பட்ட இரசனையிலிருந்து ஆராய்ச்சி பூர்வமான திறனாய்வு வளர்ச்சியடைய வேண்டும் என்ற அடிப்படை வேட்கையே நூல் முழுவதிலும் இழையோடுகிறது என்பேன்.

இச்சொற்பொழிவுகளை ஆயத்தம் செய்யும் காலத்தில் கருத்தரங்கிலே சக விரிவுரையாளராய்ப் பங்குபற்றிய கலாநிதி கா. சிவத்தம்பியும் கலாநிதி சு. சுசீந்திரராசாவும் உசாத்துணை யாளராய் இருந்தனர். புதிய பாடத்திட்டத்தைத் தயாரிப்பதி லும் இக்கருத்தரங்கை நடாத்துவதிலும் பேரூக்கம் காட்டி அயராதுழைத்தவர் கல்வித் திணைக்களத்தைச் சேர்ந்த திருவாளர் கே. சிவநாதன் அவர்கள். இவர்களுக்கு என் மனமார்ந்த நன்றி உரியது.

இவ்வுரைகளைப் பற்றி நண்பர்கள்மூலம் கேள்வியுற்று, நூல்வடிவில் வெளியிட விரும்பிய திருவாளர் தி.ச. வரதராசன் (வரதர்) இலக்கிய ஆர்வத்தினாலேயே இம்முயற்சியை மேற்கொண்டார் என எண்ணுகிறேன். அவருக்கு என் நன்றி. வழக்கம்போலவே நண்பர்கள் சிலர் நூலாக்கத்தின்போது பலவகையான உதவிகள் புரிந்தனர். அவருள் இந்நூலுக்கு மேலுறை ஓவியம் வரைந்துதவிய கலைஞர் க. கதிர்காமத்தம்பி, க. சொக்கலிங்கம், செ. யோகநாதன் ஆகியோர் செய்த உதவி மறக்கற்பாலதன்று. அவர்களுக்கும் நன்றியைத் தெரிவித்துக் கொள்கிறேன்.

க. கைலாசபதி

29, 42–வது ஒழுங்கை
வெள்ளவத்தை
கொழும்பு *6*

(முதற்பதிப்பின் முன்னுரை)

~

தமிழ் இலக்கியம் புராதனப் பெருமையுடையது. இலக்கிய ஆக்கமும் இலக்கிய இரசனையும் பல நூற்றாண்டுகளாக நம்மவரால் மேற்கொள்ளப்பட்டு வந்துள்ளன. பன்னெடுங் காலமாக வளர்ந்து வந்திருக்கும் நமது இலக்கியங்கள் அனைத்தையும் "தமிழ் இலக்கியம்" எனப் பொதுப்பட வழங்குகிறோம். எனினும் கூர்ந்து நோக்கினால் நீண்ட காலமாய்ப் பரிணமித்து வந்துள்ள இலக்கியங்களைக் கால அடிப்படையிலும்

தனிச்சிறப்புப் பண்பு அடிப்படையிலும் வேறுபடுத்திக் காணுதல் கூடும்.

இலக்கியப் பொருள், வடிவம், அலங்காரம், மொழிநடை, நம்பகத்தன்மை, ஏற்புடைமை முதலிய பல்வேறு அம்சங்கள் காலத்துக்குக் காலம் வெவ்வேறு வகையிலும் அளவிலும் முதன்மையும் முக்கியத்துவமும் பெறுதல் வெறும் தற்செயல் நிகழ்வு அன்று. ஒவ்வொரு காலப்பகுதியிலும் நடப்பிலிருக்கின்ற பொருளாதார அரசியற் சமுதாய அமைப்புக்களின் பிரதிபலிப்பாகத் தோன்றும் தத்துவக் கோட்பாடுகளுக்கேற்பவே இலக்கியம் பற்றிய சிந்தனைகளும் அமைகின்றன. இலக்கியத்தின் தோற்றம், பண்பு, பணி, பயன் என்பன குறித்துக் காலத்துக்குக் காலம் வேறுபட்ட கருத்துக்கள் நிலவுவதைப் பொதுவாக எவரும் அறிவர். இலக்கியத்தைப் போலவே கல்வி குறித்தும் காலத்துக்குக் காலம் குறிக்கோள் வேறுபடுதலை நாம் அவதானிக்கலாம். ஒரு காலத்திலே கல்வியின் பயன் வீடுபேற்றினை அடைவதே எனக் கருதப்பட்டது. இக்காலத்திலோ சமுதாய முன்னேற்றத்துக்கும் மேம்பாட்டுக்கும் பயன்படு கருவியாகக் கல்வி அமைதல் வேண்டும் என்னும் கோட்பாடு மேலோங்கிக் காணப்படுகிறது. இத்தகைய கருத்து மாற்றம் கல்விக் கொள்கையில் ஏற்பட்ட மாற்றத்தையே உணர்த்துகிறது.

இலக்கியம் காலங் கடந்தது, நித்தியமானது, தன்னிறைவானது என்றெல்லாம் சிலர் பரவசத்திலே கூறுவாராயினும், உண்மையில் ஏனைய மனித ஆக்கங்களைப் போலவே இலக்கியமும் கால தேச வர்த்தமானத்துக்குக் கட்டுப்படுவதொன்றே. சுப்பிரமணிய பாரதியார் ஓரிடத்திலே பாடியிருப்பது குறிப்பிடத்தக்கது.

> **காலத்திகேற்ற வகைகள் – அவ்வக்**
> **காலத்திற்கேற்ற ஒழுக்கமும் நூலும்**
> **ஞால முழுமைக்கும் ஒன்றாய் – எந்த**
> **நாளும் நிலைத்திடும் நூலொன்றுமில்லை.**

இதன் காரணமாகவே இலக்கிய உலகிலே காலத்துக்குக் காலம் பிரச்சினைகள் எழுகின்றன. வாதப் பிரதிவாதங்கள் தலைதூக்குகின்றன. உதாரணமாக, ஒரு காலத்திலே வாசகரால் அல்லது கேட்குநரால் உவந்து ஏற்றுக்கொள்ளப்பட்ட நூல், பிறிதொரு காலத்திலே மதிப்பிழந்து புறக்கணிக்கப்படுவதைக் காணலாம். இதற்கு எதிர்மாறாக, ஒரு காலத்திலே படிப்போரால் அசட்டை செய்யப்பட்ட நூல் மற்றொரு காலத்திலே மாட்சியுடையதாய்ப் போற்றப்படுவதும் கண்கூடு. இலக்கியக் கொள்கைகளிலே நிகழும் மாற்றங்களே இத்தகைய நிலை

மாற்றங்களுக்குக் காரணம் என்பதைப் பலர் உணர்வதில்லை. நமது பண்டைய உரையாசிரியர்கள் இப்பிரச்சினையை ஒருவாறு உணர்ந்திருக்கின்றனர். முற்பட்ட நூல்களுக்கும் தாம் வாழ்ந்த காலத்து மாணாக்கரது உணர்வுகளுக்கும் ஏற்புடைமைக்கும் உள்ள இயைபின்மைகளையும் முரண்பாடுகளையும் விளக்கிச் சமாதானம் கூறுவது இடைக்கால உரையாசிரியர் சிலரின் முயற்சிகளில் ஒன்றாய் இருந்தது. பேராசிரியர், நச்சினார்க்கினியர் ஆகியோரது எழுத்துக்களில் இதனைத் தெளிவாய்க் காணலாம். முற்காலத் திறனாய்வாளராய் இவர்கள் கருதப்படுவதும் இதனாலேயாகும்.

ஏறத்தாழ இந்நூற்றாண்டின் முதற் கால்வரை இலக்கிய ஆக்கமும் மதிப்பீடும் தமிழ் இலக்கண இலக்கியங்களை 'ஐயந் திரிபறக்' கற்றுணர்ந்த புலவர் பெருமக்களது சிறப்புரிமைகளாக இருந்துவந்திருக்கின்றன. அதற்கடுத்த நிலையில், இலக்கிய விசாரமானது ஆங்கிலர் அரசாட்சியிலும் பின்னரும் உயர்பதவிகள் வகித்து ஓய்வு பெற்ற சிலரின் மதிப்பு வாய்ந்த பொழுது போக்காக இருந்துவந்துள்ளது. இரு சாரருமே ஒருவகையான இலக்கியப் பிரபுத்துவத்தின் பிரதிநிதிகளாக விளங்கினர். ஆயினும், தவிர்க்க இயலாத வரலாற்றுச் செயற்பாட்டினால் நிலப்பிரபுத்துவம் வலுவிழந்து சிற்சில சமுதாய மாற்றங்கள் நிகழ்ந்துள்ளதைப் போலவே இலக்கிய உலகிலும் சில மாற்றங்கள் உண்டாகியுள்ளன. சமுதாயத்திலே கல்வி விரிவாக்கத்தினால் சாதாரண கல்வியறிவும் உலகானுபவமும் உள்ளவரும் இலக்கிய ஆக்கத்தில் ஈடுபடவும் அதனைச் சுவைக்கவும் இன்று வாய்ப்புகள் உண்டு. மகாகவி கூறியது போன்று, "ஓரிரண்டு வருஷத்து நூற் பழக்கமுள்ள தமிழ் மக்களெல்லோருக்கும் நன்கு பொருள் விளங்கும்படி எழுதுவதுடன், காவியத்துக்குள்ள நயங்கள் குறைவுபடாமலும் நடத்துதல் வேண்டும்" என்ற கோட்பாடு இக்காலத்தில் கவிதையிலும் உரைநடையிலும் செயற்பட்டு வருகிறது. இலக்கியக் கொள்கையிலும் கல்வியிலும் நடைபெற்ற குறிப்பிடத்தக்க மாற்றம் இது எனலாம்.

இவ்வளர்ச்சிப் போக்கின் தருக்க ரீதியான விளைவாகப் பள்ளிக்கூடங்களிலும் கல்லூரிகளிலும் இலக்கியக் கல்வி விரிவடையத் தொடங்கியிருக்கிறது. இலக்கியக் கொள்கைகள் பற்றிய அறிவும், குறிப்பிட்ட கொள்கைகளின் வெளிப்பாடாய்த் தோன்றும் இலக்கிய ஆக்கங்களை இனங்கண்டு தரமறிந்து கொள்ளும் திறனும், அதற்கு ஏதுவாக இலக்கியக் கர்த்தாக்களின் நோக்கையும் போக்கையும் தெளிந்து கொள்ளத்தக்க நடைமுறைத்

திறனாய்வுப் பயிற்சியும் இன்று இலக்கிய ஆசிரியர்க்கும் மாணாக்கருக்கும் அவசியமாயிருக்கின்றன.

இன்னுமொன்று, மிகச் சமீபகாலம் வரை பல்கலைக் கழகங்களிற்கூடத் தமிழ்த் துறைகளிலே சமகால இலக்கியங்களைப் பாட நூல்களாகக் கொள்ளுதல் பாதகமாய்க் கருதப்பட்டது. இப்பொழுதுதான் நவீன கவிதைகளும் புனைகதைகளும் ஆங்காங்குப் பாடநூல்களாக (சிலரால் அரைகுறை மனத்துடனும் தயக்கத்துடனும்) ஏற்றுக்கொள்ளப்படும் நிலைமை தோன்றி வருகிறது. பழைய நூல்களைப் பொறுத்தவரையில் மரபுவழிக் கல்வியாளர் போற்றி வந்த 'சிறந்த' நூல்களும் நூற்பகுதிகளுமே பெரும்பாலும் தேர்ந்தெடுக்கப்படுவதால் அவை பற்றிய மதிப்பீடு அநாவசியம் எனப் பலர் கருதுவர். இது திறனாய்வு வளர்ச்சிக்குத் தடையாயுள்ளது என்பது வெளிப்படை. பழைய நூல்களைப் பற்றி முந்தையோர் கொண்டிருந்த முடிபுகள் ஓரளவு உதவக் கூடும். ஆனால், சமகால நூல்களைப் படிப்பித்தற்கும் படித்தற்கும் சுவைத்தற்கும், அவற்றின் வாழ்க்கைத் தத்துவத்தைக் கிரகித்தற்கும் திறனாய்வுப் பயிற்சி இன்றியமையாததாகும். ஆகவே, இன்று இலக்கியக் கல்வியில் முக்கியக் கூறாக இலக்கியத் திறனாய்வு பற்றிய அறிவு அமைய வேண்டியிருக்கிறது.

எழுத்தாளன் (தனது சுய விருப்பு வெறுப்பு எவ்வாறிருப்பினும்) தனித்து இருந்து வாழும் ஒருவன் அல்லன். அவன் சமூகப் பிராணி. காலந்தோறும் சமுதாயத்தில் முரண்பாடுகளும் போராட்டங்களும் இயக்கங்களும் இடைவிடாது நடைபெற்றுக் கொண்டிருக்கின்றன. இவற்றின் மத்தியிலே எழுத்தாளனும் வாழ்கிறான். இவற்றுக்கு அவன் முகங்கொடுக்கும் விதத்திலும் முரண்பாடுகளையும் பிரச்சினைகளையும் அவன் புரிந்து கொள்ளும் விதத்திலும் அவற்றுக்கான தேர்வு முடிவுகளைத் தெரிந்துகொள்ளும் தகைமையிலுமே அவனது இலக்கியப் படைப்பின் வெற்றி தோல்வி தங்கியிருக்கிறது.

இவ்வடிப்படை உண்மையை உளங் கொள்ளவும் எழுத்தாளன் கையாளும் மொழி, அவன் புலப்படுத்தும் கருத்து, உணர்வு, அவற்றால் படிப்போர் ஈர்க்கப்படுந்தன்மை, ஈற்றில் விளையும் பயன் முதலியன பற்றியெல்லாம் மாணாக்கர் சிந்திக்கவும் சில முடிபுகளுக்கு வரவும் பயிற்றப்படுதல் காலத்துக்கேற்ற இலக்கியக் கல்வியின் நோக்கமாயிருத்தல் விரும்பத்தக்கது; இன்று பெரிதும் வேண்டப்படுவதுமாகும்.

இத்தேவையை உணர்ந்த கல்வியாளர் சிலர் சில வருடங் களுக்கு முன் யாழ்ப்பாணத்திலே ஆசிரியக் கலாசாலைகளில்

இலக்கியங் கற்பிக்கும் ஆசிரியர்களுக்கான கருத்தரங்கு ஒன்றை நடத்தினர். தமிழாசிரியர்கள் மொழி பயிற்றல், இலக்கியங் கற்பித்தல் என்பன குறித்து நடைபெற்ற அக்கருத்தரங்கில் இலக்கியக் கல்வி பற்றி நான் ஆற்றிய மூன்று உரைகளே இந்நூலில் இடம்பெற்றுள்ளன.

கருத்தரங்கு, கலந்துரையாடல் என்ற சொற்றொடர்கள் குறிப்பதற்கியைய, சம்பிரதாயங்கள் எதுவுமின்றி ஒருவரை யொருவர் நன்கு தெரிந்த நிலையில் இடையிடையே உரையாடல்கள் நிகழும் சூழலில் நிகழ்த்தப் பெற்றவை இவ்வுரைகள். இவற்றை நூலாக்கும் பொழுது இன்றியமையாத் திருத்தங்கள் சிலவற்றைச் செய்துள்ளேனெனினும் மூலப் படிவத்திலிருந்து பேச்சுத் தோரணையில் மாற்றம் எதுவும் செய்ய வில்லை. சொற்பொழிவுகளைக் கேட்டோர் பெற்ற அநுபவம் ஓரளவிலேனும் நூலைப் படிப்போருக்கும் ஏற்பட வேண்டும் என்பதே என் விருப்பம்.

இந்நூலிற் கூறப்பட்டுள்ள விஷயங்கள் அனைத்தும் புதியவை அல்ல. ஆயினும் சிலவற்றுக்கு நான் கொடுத்திருக்கும் அழுத்தம் புதிய சிந்தனைகளைத் தோற்றுவிக்கும் என நம்புகிறேன். ‘அநுபூதி’ நெறிப்பட்ட இரசனையிலிருந்து ஆய்வுபூர்வமான திறனாய்வு வளர்ச்சியடைய வேண்டும் என்ற அடிப்படை வேட்கையே நூல் முழுவதிலும் இழையோடுகிறது என்பேன். இலக்கியக் கொள்கைகளையும் திறனாய்வுக் கோட்பாடுகளையும் இயன்றவரை சுருக்கமாக விவரிக்கின்ற அதே வேளையில் நமது இலக்கிய உலகிலே இன்று நிலவும் சில போக்குகளை விமர்சிப்பதாயும் நூல் அமைந்துள்ளது. ஏனெனில், திறனாய்வு என்பது வெறும் விவரணமோ அல்லது ஆர்வ மிகுந்த கூற்றுத்திரளோ அன்று. அழகியல் சார்ந்த முயற்சியாக இருக்கும் அதே வேளையில் ஆய்வறிவு சார்ந்த ஓர் ஆயுதமாகவும் அது விளங்குகிறது. அவ்வுணர்வுடனேயே இந்நூல் எழுதப்பட்டு உள்ளமையை வெளிப்படையாகவே கூறிக் கொள்ள விரும்புகிறேன்.

இந்நூலின் முதற்பதிப்பு இலங்கையில் மூன்றாண்டுகளுக்கு முன் வெளிவந்தது. இரண்டாம் பதிப்பு தமிழ்நாட்டில் வெளிவருவது குறித்து மகிழ்ச்சியடைகின்றேன். தமிழ்நாட்டிலே இந்நூலை வெளியிட விரும்பிய நண்பர்கள் சிலர் இலக்கிய ஆர்வத்தினாலேயே இம்முயற்சியை மேற்கொள்கின்றனர் என எண்ணுகிறேன். பாட்டாளிகள் வெளியீடு வாயிலாக இப்பதிப்பு வெளிவருவது எனக்கு இரட்டிப்பு மகிழ்ச்சியைத் தருகிறது.

இரண்டாம் பதிப்பை வெளிக்கொணர்வதில் உற்சாகத்துடன் உழைத்த இளம் நண்பர்கள் வே. சிதம்பரம், ஏ.தெ. சுப்பையன், இரா. பாண்டியன், பி. குஞ்ஞிராமன் ஆகியோருக்கு என் இதய பூர்வமான நன்றி.

திருநெல்வேலி
யாழ்ப்பாணம்
இலங்கை
25-1-76

க. கைலாசபதி

(இரண்டாம் பதிப்பின் முன்னுரை)

~

இந்நூலின் முதற்பதிப்பு இலங்கையில் வெளிவந்தது. இரண்டாம் பதிப்பு தமிழ்நாட்டில் வெளிவந்தபோது நூலின் சிற்சில பகுதிகளை விரித்தும் திருத்தியும் அமைத்துக்கொண்டேன். குறிப்பாக, 'தற்காலத் தமிழிலக்கியத் திறனாய்வுப் போக்குகள்' என்னும் கட்டுரை இரண்டாம் பதிப்பிலே சேர்த்துக் கொள்ளப் பட்டதாகும். இப்பொழுது வெளிவரும் பதிப்பிலே மேலும் சில திருத்தங்கள் செய்யப்பட்டதோடு புதிய பகுதிகளும் சேர்க்கப் பட்டுள்ளன. மாணாக்கர்க்கும் ஆசிரியர்க்கும் இந்நூல் பயன்பட்டு வருவது எனக்குப் பெருமகிழ்ச்சியைத் தருகிறது.

இந்நூலின் இரண்டாம் பதிப்பையும் மூன்றாம் பதிப்பை யும் வெளியிட்ட சென்னை புக் ஹவுஸ் நிறுவனத்தினர் நன்றிக்குரியவர்கள்.

யாழ்ப்பாணம்
இலங்கை

க. கைலாசபதி

(மூன்றாம் பதிப்பிற்கான [1981] முன்னுரையின்
நன்றியுரைப் பகுதி)

~~

எழுத்தறியத் தீரும் இழிதகைமை; தீர்ந்தான்
மொழித்திறத்தின் முட்டறுப்பான் ஆகும் – மொழித்திறத்தின்
முட்டறுத்த நல்லோன் முதனூற் பொருளுணர்ந்து
கட்டறுத்து வீடு பெறும்.

– பழம் பாடல்

இலக்கண நூலாவது, உயர்ந்தோர் வழக்கத்தையுஞ் செய்யுள் வழக்கத்தையும் அறிந்து விதிப்படி எழுதுதற்கும் பேசுதற்குங் கருவியாகிய நூலாம்.

– ஆறுமுக நாவலர்

பாஷை திரிந்து வேறுபடுவதெல்லாம் தன்னியல்பாகவேயாம். ஒருவனாலுந் தான் விரும்பியபடி, தான் பேசும் பாஷையை மாற்ற முடியாது. மக்களறிவின்றியே பாஷை முதிர்ந்துகொண்டு செல்லும். எனவே தமிழ்பாஷையின் ஒழுகலாற்றை மாற்றுதல் எவராலும் முடியாததாம்.

– பரிதிமாற் கலைஞர்

எவ்வகையான வேறுபாடும் இன்றி, தோன்றிய காலத்தில் இருந்தது போலவே தமிழ்மொழி இருந்து வருகிறது என்று கருதுவோர் தமிழ் வரலாறும் தமிழிலக்கிய வரலாறும் அறியாதார் என்றுதான் கூறவேண்டும். இயற்கைச் சக்திகளுக்கு விரோதமாக யாரும் செல்ல முடியாது. ஒரு கடிகாரத்தை நிறுத்திவிட்டால், காலம் கழியாமல் நின்று விடுமா ?

– எஸ். வையாபுரிப் பிள்ளை

1

மொழியும் இலக்கியமும்

இலக்கியமும் மொழியியலும் வேறுபட்ட துறைகளாகக் கொள்ளப்படினும் ஒன்றையொன்று தழுவியே வளர வேண்டியவை. அவற்றைப் படிப்பிக்கும் முறையிலும் இக்காலத்தில் ஒற்றுமைகள் உள்ளன. உதாரணமாக மொழி பயிற்றுவோர், விதிமுறையை அன்றி விவரண விளக்க முறையைக் கையாள வேண்டும் என்று இக்காலத்தில் வற்புறுத்தப் படுகிறது. மிகப் பொதுவாகக் கூறுவதாகில் இலக்கியத் திறனாய்வுக்கும் இது ஏற்புடையது ஒன்றேயாகும்.

மொழியோ, இலக்கியத் திறனாய்வோ தக்க அடிப்படைகளிற் செம்மையாக நடைபெறல் வேண்டுமென்பதே நமது நோக்கமும் விருப்பமு மாகும். தாய்மொழி மூலம் கல்வி நடைபெற வேண்டும் என்னும் கொள்கை இன்று நமது நாட்டிலே நடைமுறையில் உள்ளது. தாய்மொழியைப் பயன்படுத்தும்பொழுது மொழி ஆற்றலும் அதன் விளைவாகச் சிந்தனைத் தெளிவும் விருத்தியும் உண்டாகின்றன என்பதே தாய்மொழியைப் போதனா மொழியாக வற்புறுத்துவதன் முக்கியக் காரணமாகும். ஆயினும், "தாய்மொழிதானே" என்ற ஒரு தன்னிறைவு மனப்பான்மையும் இக்காலத்திலே மாணவரிடத்துக் காணப்படுவதை நாம் அனைவரும் அவ்வப்போது அவதானித்திருக்கலாம். பயிற்சி வேண்டாததொன்றாகத் தாய் மொழியறிவைக் கருதும் மனோபாவத்தையே நான் இங்குக் குறிப்பிடுகின்றேன்.

இலக்கிய வளர்ச்சியிலும் அதன் நல்வாழ்விலும் ஆழ்ந்த அக்கறைகொண்டவன் என்ற முறையில் பத்திரிகைகளிலும் உரையரங்குகளிலும் மேல் நோக்கான – தகுந்த அடிப்படையற்ற – ரஸக் குறைவான இலக்கியக் குரல்கள் ஒலிப்பதைக் கேட்டிருக்கிறேன். இதற்குக் காரணங்கள் பல. வணிக நோக்கு விதந்து குறிப்பிட வேண்டியதொன்று. பல்வேறு காரணிகளுள் பள்ளிக்கூடங்களிலே இலக்கியங் கற்பிக்கப்படும் முறையும் முக்கியமானது என்று கூறுவதில் தவறிருக்காது.

இலக்கிய ஆசிரியர்கள்

நமது கல்விக்கூடங்களிலே இலக்கியம் (அதாவது செய்யுள்) கற்பிக்கும் ஆசிரியர்களிற் பெரும்பாலானோரை இருவகையினராய்ப் பிரித்தல்கூடும். ஒரு பிரிவினர் செய்யுள்கள்மீது அளவுகடந்த ஈடுபாடுடையவர்கள்; பரம ரசிகர்கள். இவர்கள் தமக்குள்ள அதீத உற்சாகத்தின் காரணமாகச் சிற்சில ஆசிரியர்மீதும், சிற்சில கவிதைகள் மீதும் தற்காலிகமான ஆர்வத்தை மாணவர்களுக்கு உண்டாக்குவர். இதனை அகநிலைப் போக்கான பற்று என்றுகூடச் சொல்லாம். எனது பள்ளிக்கூட அனுபவம் ஒன்று நினைவுக்கு வருகிறது. இலக்கியம் கற்பித்த ஆசிரியர் ஒருவர் பாரதியின் குயில்பாட்டு கீட்ஸ் என்ற ஆங்கிலக் கவிஞனது *Ode to a Nightingale* (அல்லிசைப்புள்) பற்றிய பாடலினும் பன்மடங்கு சிறந்தது என்று பரவசத்துடன் கூறிக் கொள்வார். ஆனால் அம்முடிபுக்குரிய நியாயங்களையோ சான்றுகளையோ விளக்க வேண்டும் என்று அவர் கருதுவதில்லை. நியாயங்களுடனும் விளக்கத்துடனும் உருவாகாத ஆர்வம் நிலைத்து நிற்பது அரிது. இத்தகைய இலக்கியப் பயிற்சி சுவையுடையதாய்த் தோன்றினும் நீடித்த பயனைத் தருவதன்று.

இன்னொரு பிரிவினர், அதாவது இரண்டாவது பிரிவினர், முற்கூறியவருக்கு நேர்எதிர் பண்புடையவர். ஆர்வமும் ஈடுபாடும் எள்ளளவேனும் அற்றவராய்ப் பாக்களின் பதவுரை, பொழிப்புரை, கதைக்குறிப்பு என்பனவற்றை மாணவர் அறிந்திருத்தலே கவிதை கற்கும் நெறி என்று எண்ணியிருப்பவர். இத்தகையோரிடம் கவிதையைப் பாடமாகக் கற்போர் தம் வாழ்நாள் பரியந்தம் அதனை வேம்பாய்க் கருதுவது இயல்பே. முதலாம் பிரிவினரால் ஓரளவேனும் நன்மை உண்டாகிறதெனினும், இரு பிரிவினரும் மாணாக்கர் 'நவில்தொறும்' நயம் காணக்கூடிய பயிற்சியை அளிக்கின்றனர் என்பதற்கில்லை. கவிதைக்குச் சிறப்பாகக் கூறும் நிலைமை பொதுவாக இலக்கியப் பிரிவுகள் அனைத்திற்கும் பொருந்தும் எனலாம்.

சில காலத்திற்கு முன் கொழும்பிலே ஆசிரியர் கருத்தரங்கு ஒன்றிற் பங்குபற்றினேன். அங்குக் குழுமியிருந்தோர், கல்விப் பொதுத் தராதரப் பத்திர (உயர்தர)ப் பரீட்சைக்கு மாணாக்கரை ஆற்றுப்படுத்தும் ஆசிரியர்கள். அப்பரீட்சை வினாத்தாளில் கவிதை நலனாய்தல் இடம் பெறுவதால் அதுபற்றிய சர்ச்சை எழுந்தது. அப்பொழுது கருத்துத் தெரிவித்த ஆசிரியை ஒருவர் "இலக்கியத் திறனாய்வு பல்கலைக்கழகத்திற் படிப்பிக்கப் படவேண்டும்; பள்ளிக்கூடங்களிலன்று. அது எல்லோராலும் இயலாத காரியம்; இரசிக்கும் ஆற்றல் வந்தமைதல் வேண்டும். அது ஒரு கொடை" என்று கூறினார். இலக்கணம் வில்லங்கம்; கணிதம் வில்லங்கம்; மெய்யியல் வில்லங்கம்; திறனாய்தல் வில்லங்கம் என்று ஒவ்வொன்றாகத் தள்ளிக்கொண்டே போனால் பின் இலகுவானதுதான் எது?

இலக்கிய நலனாய்தல் பல்கலைக்கழக மட்டத்திற்கு மாத்திரம் உகந்தது என்ற அபிப்பிராயத்தையும், அது எல்லாருக்கும் கைவராது என்ற நம்பிக்கையையும் நான் ஏற்றுக்கொள்ளவில்லை. கவிஞன் பிறக்கிறான்; நற்பண்புகள் பிறப்பால் அமைந்தவை; தவமும் தவமுடையார்க்கு ஆகும்; கலை இரசனை விட்ட குறை தொட்ட குறையாய் வாய்க்கப் பெறுவது என்ற வாதத்தின் மற்றொரு தோற்றமே முற்கூறிய ஆசிரியையின் தடையாகும். கல்வியும் எல்லோருக்கும் கைவராது என்ற கருத்துச் சிலரிடையே இன்றும் உண்டல்லவா? நவீன முறையிலமைந்த மொழிப்பாடத் திட்டத்திற்கு மொழியியல் அடிப்படைகள் இன்றியமையாதன. மொழியியல் அறிவும் பள்ளிக்கூட மட்டத்திற்கு ஏற்றது அன்று எனக் கருதுபவர்களும் இருக்கிறார்கள். மொழியியலும் இலக்கியத் திறனாய்வும் தொடர்ச்சியான பயிற்சி முறைகளுக்கு ஆதாரமான ஆய்வுமுறைகள் எனக் கொண்டால் தெளிவு ஏற்படும்.

சுவைத்தல், இரசித்தல், நயமுரைத்தல் முதலிய சொற்றொடர்கள், பிரயோகங்கள் ஒருவேளை ஆயிரத்தில் ஒருவருக்கு வந்து கைகூடும் சிறப்பாற்றலைக் குறிக்கும் மயக்கத்தைச் சிலருக்கு உண்டாக்கக்கூடும். ஆனால் **திறனாய்தல்** என்னும் தொடர் சுவைத்தற் பண்பினை வெளிப்படையாகக் காட்டாது, ஒரு பொருளின் இயல்பினைத் தேரும் முயற்சியை உணர்த்துவதாயுள்ளது. "*திறனறிந்து சொல்லும் சொல்லை . . .*" (குறள் 644) என்ற பாவில் வள்ளுவர் சொல்லைச் சொல்லும் திறன் அறிந்து சொல்லுக என்கிறார். அதுபோலவே ஒரு இலக்கியப் பகுதியின் திறத்தை ஆய்ந்து அறியும் முயற்சியாகத் திறனாய்தல் அமைதல் வேண்டும். அந்த முயற்சி பாப்பாப் பாட்டிலிருந்து பட்டினத்தார் பாடல்வரை வயதுக்கேற்பவும்

அனுபவத்திற்கேற்பவும் முதிர்ச்சிக்கேற்பவும் தொடர்ந்து நடைபெறலாம்.

முற்குறிப்பிட்ட ஆசிரியையின் கூற்றுக்கு மீண்டும் வருவோம். அவருக்கு நடைமுறைப் பிரச்சினைகள் எத்தனையோ இருத்தல்கூடும். ஆயினும், திறனாய்வைப் பற்றி அவ்வாசிரியை கொண்டிருந்த எண்ணம் மாதிரி விளக்கமாயுள்ளது; அவரைப் பொறுத்தவரையில் சுவைத்தல் அல்லது திறனாய்தல் இலக்கிய இலக்கணப் பாடங்களைப் படிப்பதினின்றும் வேறான – தொடர்பற்ற ஒரு முயற்சியாகவும் பயிற்சியாகவும் அமைந்திருக் கிறது. ஒரு வகையில், இன்றியமையக்கூடிய ஆனால் விரும்பப்படும் முயற்சியாகவே அதனை அவர் கருதுகிறார் என்பது தெளிவு. திறனாய்தல் பற்றிய தயக்க மயக்கங்களுக்கு இவ்வெண்ணமே அடிப்படை என்று நான் கருதுகின்றேன். அதாவது திறனாய்தல் இலக்கியக் கல்வியின் ஓர் அம்சமாக அன்றி, மேலதிகமான தேட்டமாகக் கருதப்படுகிறது. உண்மையில் இலக்கண இலக்கியப் பாடங்களின் பிரிக்கவியலாத ஓர் அம்சமாக மாத்திரமன்றி, அவற்றைச் செம்மையாகப் பயில்வதற்கும் திறனாய்தற் பயிற்சி பேருதவி புரிகிறது என்னுமுண்மை போதிய அளவில் உணரப்படுவ தில்லை.

இலக்கிய விளக்கம்

எம்மைப் பொறுத்தவரையில் – அதாவது இலக்கிய ஆசிரியர் என்ற முறையில் – “இலக்கியம்” தேர்வுக்குரிய ஒரு பாடமாகவும் உள்ளது என்னும் அடிப்படை உண்மையை மறக்கவியலாது. நமக்கு அது தொழிலாயிற்றே! இலக்கியத்தைப் பற்றி எத்துணை உயர்ந்த – மகோன்னதமான – மதிப்புக் கொண்டிருக்கக் கூடுமாயினும் அது பல மாணவருக்குத் தேர்விலே சித்தியடைய உதவும் சாதனமாகவும் இருக்கிறது என்ற கசப்பான செய்தியை நாம் ஏற்றுக்கொள்ளத்தான் வேண்டும். இலக்கியம் பொதுநிலை மீறிய சிறப்புடையதொன்று என்றும் அபூர்வமான நுட்பப் பொருள் என்றும் இலட்சியம் பேசும் ஆர்வலர்கள், தேர்வு முதலிய நடைமுறைத் தேவைகளுக்காக இலக்கியக் கல்வியை மாசு படுத்தலாகாது என்பர். ஆனால் அதற்கு நாம் என் செய்வது?

ஒன்று மாத்திரம் இவ்விடத்திலே நினைவுகூரத்தக்கது. பிற்காலச் சந்ததியினரான பள்ளிக்கூட – பல்கலைக்கழக மாணாக்கர்கள் பாடப் புத்தகமாகப் பயன்படுத்தக்கூடும் என்னும் நோக்கத்துடன் பண்டைக்காலத்துப் புலவர்கள் தத்தம் நூல்களை ஆக்கினாரல்லர். கம்பனோ, புகழேந்தியோ, சயங்கொண்டாரோ, திரிகூடராசப்பக் கவிராயரோ திட்டவட்ட மான பாடநூல் தேவைகளை மனங்கொண்டு பாடவில்லை

என்பது உண்மையே. ஆயினும் அவர்களும் ஒவ்வொரு சமயத்தில் சிலரை மனங்கொண்டே பாடினர் என்பதும் மறுக்க இயலாத உண்மையே. அரசனது அவையிலோ அல்லது ஆலயத்திலோ சில 'நடைமுறைத் தேவைகள்' குறித்துப் பாடப் பெற்ற நூல்களும், நூல்களின் பகுதிகளும் நவீனகாலத்தில் எப்படியோ பாடநூற்பகுதிகளாய் வந்தமைந்து விட்டன. ஆகவே, இம்மாற்றத்தை வரலாற்றடிப்படையில் விளங்கிக்கொண்டு, தேர்விற் சித்தியடைவதற்காக இலக்கியத்தைக் கற்பிக்கும் அதேவேளையில், அக்கல்வி நிலைத்த பயனைத் தரும் வகையிலும் பயிற்சி முறையை வகுப்பதே நாம் செய்யக்கூடியதாகும். அதாவது உடனடியான தேவையையும் நீண்டகாலப் பயனையும் இணைத்துப் பார்க்க நாம் முயலலாம்.

இதற்கு முதல் தேவையாக இலக்கியம் தெளிவாக வரையறை செய்யப்படல் வேண்டும். தேர்வுக்குரிய ஒரு பாடமாகவும் துறையாகவும் பல நூற்றாண்டுகளாக இலக்கியம் கைகொள்ளப்பட்டது ஏன்? பதினெண் கீழ்க்கணக்கு மிகப் பழங்காலத்திலிருந்தே பாடநூல்களாய் வழங்கி வந்திருக்கின்றன. பதிணென் மேற்கணக்கு – பத்துப்பாட்டு எட்டுத்தொகை ஆகியன – சான்றோர் காலத்துக்குப் பின்னர் தமிழ் மாணாக்கரது கல்விக்கு மூலமான அடிப்படை நூல்களாய் இருந்தன. இத்தொகை நூல்கள் தமிழில் வகித்து வந்த ஸ்தானத்தையே பண்டைக் கிரேக்கத்தில் ஹோமரது காவியங்கள் வகித்துவந்தன. சான்றோர் செய்யுள்கள் தமிழருக்கு "இலக்கிய"மாயும் வரலாற்று நூலாயும் அறநூலாயும் அமைந்திருந்ததை நாம் அறிவோம். அவ்வாறே ஹோமரது காவியங்களும் போற்றப்பட்டன.

இன்றுவரை உலகமெங்கும் பல்வேறு மொழிகளிலும் இலக்கியக் கல்விக்கு மதிப்பு இருந்தே வருகிறது. தொழில் அபிவிருத்தி மிக்க மேற்கு நாடுகளில் புதியதொரு விஞ்ஞான கலாசாரம் உருவாகி வருகிறது என்று சி.பி. சினோ போன்ற சிந்தனையாளர் கூறியபோதும், இலக்கியக் கல்விக்கு முன்னிருந்ததினும் தேவை அதிகமாக உள்ளது என்பதை எப்.ஆர். லீவிஸ் எடுத்துக்காட்டியுள்ளார். சந்திர மண்டலத்துக்குச் செல்பவனும் நெஞ்சை விட்டகலாத கவிதைகளை நினைந்து கொள்கிறான். எனினும், இன்று இலக்கியக் கல்வி முற்காலத்தைப் போல் அல்லாது புதிய பண்பாட்டுச் சூழலுக்கு ஏற்ப அமைதல் வேண்டும் என்பதை மறுப்பதற்கில்லை. நவீன வாழ்வியல் தேவை களுக்கு இலக்கியக் கல்வி நேரடியாகப் பயன்படாத போதும் அது மதிப்பிற்குரியதாய் இருப்பது ஏன்?

விடை இலகுவானதே. பல நூற்றாண்டுக் காலமாக இலக்கியக் கல்வி மனிதனுக்கு இன்றியமையாத முக்கியக்

குறிக்கோள்களையும் மதிப்பீடுகளையும் அளித்துவந்திருக்கிறது. நேரடியான பிரசாரம் செய்கிறது என்று கூறவியலாது. ஆனால் உலகினைப் பற்றியும் வாழ்க்கையைப் பற்றியும் விளக்கத்தை உண்டாக்குகிறது. உதாரணமாக, சிலப்பதிகாரம் இலக்கிய நயமிக்க காவியமாக விளங்குகிறது. அது சில செய்திகளையும் எமக்கு உணர்த்துகிறது. அரசியல் பிழைத்தோர்க்கு அறமே கூற்றாகுவதைப் பற்றிய உணர்வைப் படிப்போர்க்கு அது ஊட்டுகிறது. வேறு பல செய்திகளையும் நேரடியாகவும் குறிப்பாலும் உணர்த்துகிறது. இதன் மூலம் வாழ்க்கைக்கும் தத்துவத்துக்கும் உள்ள தொடர்பு அவ்விலக்கியத்தைப் படிப்போருக்குப் புலனாகிறது என்பதில் ஐயமில்லை. அதைப் போலவே சங்கச் சான்றோர்களில் ஒருவராக மதிக்கப்படும் கணியன் பூங்குன்றனார்,

> பெரியோரை வியத்தலு மிலமே
> சிறியோரை இகழ்தல் அதனினு மிலமே (புறம் 192)

என்றும், இன்னொரு புலவரான பக்குடுக்கை நன்கணியார்,

> இன்னா தம்மவிவ் வுலகம்
> இனிய காண்கித னியல்புணர்ந் தோரே (புறம் 194)

என்றும் பாடுகையில் தத்துவம் இலக்கியமாகி நிற்பதைக் காண்கின்றோம்.

வாழ்க்கை பற்றிய இத்தகைய விளக்கத்தை இலக்கிய மாணவன் உணர்ச்சி முறையிலேனும் கருத்து வடிவிலேனும் சொற்களைக் கொண்டு அதாவது மொழி என்ற கருவிமூலமாக அறிந்துகொள்கிறான். சித்திரம், சிற்பம் ஆகிய கலைகள் மொழியின் துணை இன்றியே தோன்றி இயங்கும் தன்மையன. இசை, நடனம் ஆகியவை மொழியின் சேர்க்கையினால் சிறப்பும் ஆற்றலும் அதிகரிக்கப் பெறுகின்றன. இன்பக் கலைகளுள் இலக்கியமே மொழி வாயிலாக அன்றித் தோற்றம் எய்த இயலாததாகும். அதனால் அதன் திறனை நன்கு தெரிந்துகொள்வதற்கும் அதனைச் சுவைத்தற்கும் மொழி ஆற்றலும் இன்றியமையாததாகிறது. இலக்கியக் கல்விக்கு ஆதாரமும் அக்கல்வியின் பயனும் மொழித் திறன் என்றுகூடச் சொல்வதிலே தடையிருக்காது. 'மொழித் திறன்' என்ற கருத்தடிப்படையிலான பொருள் வகுப்பிற்குள் சொற்றிறன், உரைத்திறன், கிரகித்தற்றிறன், இயற்றுதற்றிறன், கேள்வித்திறன், எழுத்துத் திறன் முதலிய பலவும் அடங்கும் என்பது நீங்கள் அறிந்ததொன்றே. இவ்வாறு நோக்குமிடத்து, இலக்கியப் பயிற்சியானது சீரிய மொழிப் பயிற்சியாகவும், அதன் திட்ப நுட்பங்கள் பற்றிய அறிவாகவும் அமைந்து விடுகிறது. இலக்கிய ஆசிரியர்கள் இவ்விஷயத்தை மறவாதிருத்தல் நன்று.

இலக்கியக் கல்வியினூடாக மொழியின் திறத்தைத் தெளிந்தபின் அதனை நுட்பமாகக் கையாளும் பழக்கமும் பயிற்சியும் ஏற்படுகின்றன. மொழியைச் செம்மையாகக் கையாள்வதி லேயே இலக்கியப் பயிற்சியுடையோன் ஏனையோரிலும் சிறப்புடையவனாய் மதிக்கப்படுகிறான். ஆனந்தம், அறிவு ஆகிய யாவும் மொழித்திறன் மூலமே வருகின்றன. இறுதியாய்வில் இதனையே மொழியை ஆளும் ஆற்றல் என்கின்றோம்.

மொழியின் திறத்தையும் ஆற்றலையும் அன்றாட வாழ்க்கை யிலும் காண்கிறோம். ஒருவன் ஒரு வினாவுக்குத் தக்க விடையிறுக் காமல் சுற்றி வளைத்துப் பேசினால் அல்லது தனது கருத்தை நேர்மையாகக் கூறாமல் இழுபறியாய்ப் பேசினால், "வைத்துப் பிணையிறான்" என்கிறோம், அல்லது "மழுப்பப் பார்க்கிறான்" என்கிறோம். மற்றொருவன் திறமையாகவோ சாதுரியமாகவோ பேசினால் "வெளுத்து வாங்கினான்" என்றும், கண்டிப்புடன் பேசினால் "வெட்டொன்று துண்டிரண்டாய்ப் பேசினான்" என்றும் விவரிக்கிறோம். இவையெல்லாம் மொழித்திறன் – அதாவது சொல்லாற்றல் சம்பந்தமானவையல்லவா? இதே அடிப்படையில், இலக்கியத்திலே சொற்கள் மேலும் சிறப்பான முறையிற் சேர்க்கப்படுகின்றன. அச்சேர்க்கையிலே அழகும் ஆற்றலும் நிறைந்த வடிவங்கள் தோன்றுகின்றன.

இலக்கிய ஆசிரியர் மாணாக்கரைப் பார்த்து திரு.வி.க. போல, மறைமலையடிகள்போல, அல்லது பண்டிதமணி கணபதிப் பிள்ளைபோல எழுது என்று கூறுகையில், "நடை" என்ற பெயரில் ஒரு குறிப்பிட்ட வகைச் சொல்லாட்சியையே முன் மாதிரி யாய்க் காட்டுகிறார் அல்லவா? அவ்வவ்வாசிரியருடைய சொல் வடிவங்களுக்கும் கருத்துப் படிவங்களுக்கும் நெருங்கிய தொடர்புண்டு; பிரிக்கவியலாத பிணைப்புண்டு.

இலக்கியத்தின் பயன்பாடுகள்

மேற்கூறியவற்றின் அடிப்படையிலே இலக்கியக் கல்வியை நோக்கினால் குறைந்தபட்சம் மூன்று முக்கியப் பயன்பாடுகள் புலனாகும். முதலாவது மொழித்திறன் பற்றிய அறிவு; இரண்டாவது இன்ப நுகர்ச்சி; மூன்றாவது வாழக்கையைப் பற்றியும் உலகைப் பற்றியும் ஏற்படும் புதிய விளக்கம். இம்மூன்று பயன்பாடு களையும் பள்ளிக்கூடத்திலே பாடப் பகுதிகளாய் அமையும் இலக்கியங்களின் மூலமாகப் பெறுவதற்கு எத்தகைய தடையும் இல்லை. அதுமட்டுமன்று இவற்றை நடைமுறை நோக்கமாகக் கொண்டு இலக்கியக் கல்வி அளிக்கப்படல் வேண்டும். இதனை வற்புறுத்திக் கூற விரும்புகிறேன். இம்மூன்று பயன்பாடுகளையும்

மாணாக்கர் ஓரளவேனும் மனங்கொள்ளாவிட்டால் அவர்களுக்கும் இலக்கியத்துக்கும் எந்தவிதமான பிணைப்பும் ஏற்படாது.

இன்றும் எமது இயற்றமிழாசிரியர் பலர் சிற்சில இலக்கிய நூல்களைத் "தமிழ் படிப்போர்" கட்டாயமாக அறிந்திருத்தல் வேண்டும் என்ற விடாக் கொள்கையினரா யிருக்கின்றனர். மொழித்திறன், இன்பச் சுவை, வாழ்க்கை விளக்கம் ஆகிய மூன்றனுக்கும் ஏதுவாக அமையா நூல்களும் நூற்பகுதிகளும் உள்ளன. தமிழ் அறிவுக்கு அத்தகைய பகுதிகள் இன்றியமையாதன என்று அவர்கள் கருதக்கூடும். ஆனால், மாணாக்கருக்கு அவை சுமையாகவும் தண்டனையாகவும் அமைந்துவிடுகின்றன. இதனால் இப்பகுதிகளைக் கற்கும் மாணவர் தாம் ஈடுபாட்டுடன் கற்கும் ஆர்வத்தையும் கற்றலிலே தமக்கும் பங்குண்டு என்ற உணர்வையும் இழந்து விடுகின்றனர். மாணாக்கர் 'தாம் கலந்து' கற்றல் சமுதாய – அரசியல் தேவைகளுக்காக மாத்திரமன்றி உண்மையான இலக்கிய அனுபவத்திற்கும் அத்தியாவசியமாகும். இவ்விஷயத்திலே எமது கல்விக்கூடங்களில் இலக்கியம் படிப்பிக்கும் முறை பல குறைபாடுகளை உடையதாயிருக்கிறது.

இலக்கியமும் மொழியியலும் ஒன்றையொன்று தழுவி வளர வேண்டியவை என்று மேலே கூறினேன். இவ்விடத்திலேயே இலக்கியக் கல்விக்கு மொழியியற் கோட்பாடுகளின் அறிவு பயன் தருவதாயுள்ளது. மொழியியற் கல்வியின் ஓர் அம்சம் சொற்களையும் அவற்றின் கட்டமைப்பையும் நுணுகி ஆராய்வதாகும். ஒலியனியல், உருபனியல் தொடக்கம் வாக்கிய அமைப்பியல், சொற்பொருளியல் ஈறாக உள்ள மொழியியற் பிரிவுகள் அனைத்தும் சொற்களை நுனித்து நோக்கி ஆய்வதையே ஆதாரமாகக் கொண்டவை. இதற்கு ஒப்ப, கவிதை ஒன்றை எடுத்துக்கொண்டால் அதனை ஆர அமர நுணுகிக் கற்கும் முறையை close reading of the text என்று ஆங்கிலத் திறனாய்வாளர் கூறுவர். அக்கவிதைக்குப் புறம்பான செய்திகளை விடுத்துக் கவிதையிற் காணும் சொற்களையே ஆதாரமாய்க் கொண்டு அக்கவிதை கூறும் அனுபவத்தைத் தெளிய முயல்வது இம்முறையைச் சார்ந்ததாகும். இது கவிதையை முழுமையாக நோக்கவும் ஏதுவாயிருக்கிறது.

அண்மைக் காலங்களில் Transformational Grammar எனப்படும் மாற்று முறை இலக்கணக் கொள்கையின் வளர்ச்சியின் பயனாகத் தொடரியல் ஆய்வு முக்கியத்துவம் பெற்றுள்ளது. இக்கோட்பாடு களைப் பயன்படுத்திக் கவிதைகளின் கட்டுக் கோப்பை ஆராய்ந்து நிறுவும் முயற்சிகள் பல மேற்கொள்ளப்பட்டு வருகின்றன. இது இலக்கியத் திறனாய்வில் புதிய நோக்கையும் போக்கையும் உண்டாக்க முடியும் என்று அமெரிக்க மாற்று முறை இலக்கண

நூலார் பலர் கருதுகின்றனர். தமிழிலும் இம்முயற்சிகள் சமீபத்தில் மேற்கொள்ளப்பட்டு வருகின்றன. உதாரணமாக, 'சுடர்த்தொடீஇ கேளாய்' என்ற கலித்தொகைச் செய்யுள் (57) மாற்றுமுறை இலக்கண முறைப்படி அமைத்துக் காட்டப்பட்டுள்ளது *(D. Andiappapillai 'Structure of a Poem' Journal of the Department of Tamil, Vol. I ,1970).*

உதாரணமாக ஐ.ஏ. றிச்சர்ட்ஸ் என்னும் ஆங்கிலத் திறனாய்வுக் கொள்கையாளர், கவிதையிலுள்ள சொற்களை நுணுக்கமாக ஆராய்வதற்கு, சொற்பொருள் பற்றிச் சில பாகுபாடுகளை அமைத்துக் காட்டியுள்ளார். ஒரு சொல்லுக்கு வெவ்வேறான நான்கு பொருள்கள் உண்டு என்பார்; அவை கருத்து *(Sense)*, உணர்ச்சி *(feeling)*, தொனி *(tone)*, உள்நோக்கம் *(intention)* என்பனவாம். கவிதைக்குச் (இலக்கியம் என்று கூறுவதே பொருத்த மானது) சொல்லே மூலப் பொருளாதலின் ஒவ்வொரு சொல்லிற்கும் உரிய பொருளை இடம் நோக்கி அறிதல் அத்தியாவசியமாகும்.

மேனாட்டிலே இலக்கியக் கல்வியின் புதிய வளர்ச்சியிலே உளவியல் பெரும்பங்கு வகித்துள்ளது. றிச்சர்ட்ஸ் போன்ற திறனாய்வாளர் உளவியல் அறிஞராயும் இருக்கின்றனர். உளவியற் கோட்பாடுகளை இலக்கிய ஆசிரியர்கள் ஓரளவிலேனும் விளங்கிப் பயன்படுத்துவதோடு, இலக்கிய நூல்களின் அரசியல், சமுதாய, பண்பாட்டுச் சூழல்களையும் ஏற்ற சந்தர்ப்பங்களில் அறிமுகஞ் செய்து வைத்தல் வேண்டும். அதனால் எடுத்துக்கொண்ட பாடநூற்பகுதி மேலும் விளக்கம் பெறுகிறது. சுருங்கக் கூறின் சூழற் காரணிகளுக்கும் இலக்கியத்திற்குமுள்ள அத்தியந்தத் தொடர்பு அறிவுபூர்வமாக உணர்த்தப்படல் வேண்டும்.

இந்த அடிப்படையிலே இலக்கியம் கற்பதனால் உண்டாகும் நடைமுறைப் பயன்பாடுகளைத் தெளிவுபடுத்தியும், ஏனைய துறைகளுடன் இலக்கியத்தைத் தொடர்புபடுத்தியும் கற்பித்தால் திறனாய்தல் என்பது 'தூய' இரசனை என்ற தப்பெண்ணம் நீங்கிவிடும். இலக்கியப் பித்துக் கொண்டவர்களே இரசிகர்கள், இலக்கியப் பற்றார்வலர்கள் என்ற எண்ணமும் மறையும்; ஏனைய பல துறைகளைப் போலவே இலக்கியமும் நவீன அறிவியலுக்கு முரணற்ற ஒரு துறையாக விளங்கும்; பிற பாடங்களுடன் இயைந்து செல்வதொன்றாகவும் இருக்கும்.

பாடசாலைகளிலும் பல்கலைக்கழகத்திலும் பொதுவாக இலக்கியத் திறனாய்வு என்பது செய்முறைத் திறனாய்வாக – திறனாய்வுப் பயிற்சிமுறையாக – அமைகிறது. இது தவிர்க்க இயலாதது. இந்நிலையில் கொள்கைகளிலும் கவிதையின் இயல்புகள் குறித்த விளக்கமே வேண்டப்படுவது. ஆயினும்

செய்முறைத் திறனாய்வு, அதாவது சொற்களின் ஆய்வு, முடிந்த முடிபன்று. செய்முறைத் திறனாய்வு *(Practical Criticism)* எமது இலக்கிய உலகிற் காணப்படும் 'அநுபூதி நெறி ரசனை' என்ற தீங்கினைத் தவிர்க்கும் மாற்று முறையாக அமைய முடியும். உண்மையான இரசிகன் பத்தாயிரத்தில் ஒருவன் என்று மட்டுமல்ல, ஒரு தலைமுறைக்கு ஒருவன் என்று நம்பும் அளவுக்கு இரசனை பற்றிய எமது மனக் கோட்டம் பிறழ்ந்துள்ளது. இதனாலேயே நான் மேலே குறிப்பிட்ட ஆசிரியை திறனாய்தல் பாடசாலையிலே படிப்பிக்க வேண்டாததொன்று எனக் குறிப்பிட்டார். கவிதையை முழுமையாக நோக்கவும் அதன் அடியாக அழகுணர்ச்சியைப் பெருக்கவும் நெறிப்படுத்தவும் திறனாய்வு ஏதுவாக இருக்க வேண்டுமென்பது உண்மையே. செய்முறைத் திறனாய்விலே மாணாக்கன் கவிதையைப் 'பிய்த்துப்பிடுங்கி'ச் சிதைக்கிறான் என்று சிலர் கூறுவர். ஆனால் ஆரம்ப நிலையில் அது இன்றியமையாததாகும். இல்லாவிடில் பகுத்தாய்வுக்கும் உறுப்பாய்வுக்கும் இடந்தராத மூடுமந்திரமாகவே கவிதை இருக்கும். உண்மைக்கும் போலிக்கும் வேறுபாடு காணப்படாமலே இலக்கியப் பயிற்சி அமைந்துவிடும். அதாவது, செய்முறைத் திறனாய்வு மூலமாகவே கவிதை ஆய்வானது அகநிலைப்பட்டதாயன்றிப் புறநிலை சார்ந்ததாய் அமையும் வாய்ப்பைப் பெறுகிறது. விதிமுறையாலன்றி விவரண முறையாலும் விளக்க முறையாலும் இலக்கியத்தைச் சுவைக்கும் நெறி, வளர்ச்சி பெறமுடியும். இல்லாவிடின் புதுமைப்பித்தன் ஒரு சந்தர்ப்பத்திற் பாடியாது போல,

– அண்ணாந்து,
கொட்டாவி விட்டதெல்லாம் கூறுதமிழ்ப் பாட்டாச்சே
முட்டாளே இன்னமுமா பாட்டு ?

என்று பலரும் கேட்கும் நிலைமை தோன்றும். செய்முறைத் திறனாய்வின் மூலமாகவே நவீனகாலத்து வாசகன், நேரடியாக இலக்கியத்தைத் தனக்குத் தொடர்புடையதொன்றாகக் காண இயலும். இவையனைத்தையும் மனங்கொண்டே இலக்கியம் கற்பித்தலை நாம் மேற்கொள்ள வேண்டும்.

இறுதியாக, மொழியியற் கோட்பாடுகளின் தாக்கத்தால் இலக்கியத் திறனாய்வு பெற்றுள்ள நன்மை ஒன்றைக் குறிப்பிட்டு இக்கட்டுரையை முடிக்க விரும்புகிறேன். விஞ்ஞானத் துறையைச் சேர்ந்த ஒரு பிரிவாக மொழியியல் வளரத்தொடங்கிய காலமுதல் மொழி என்பது பேச்சு மொழி என்றே கொள்ளப்பட்டு வருகிறது. பேச்சின் நிழலாகவே எழுத்து மதிக்கப்படுகிறது. நவீன மொழியியல் பேச்சு மொழியையே ஆதாரமாகக் கொண்டது. இவ்விஷயத்திலேயே மொழியியலார் பண்டைய இலக்கண

நூலாரிலிருந்து பெரிதும் வேறுபடுகின்றனர். பேச்சொலிகளின் பிறப்பியலைப் பற்றியெல்லாம் பாணினி, தொல்காப்பியர் முதலிய முற்காலத்து இலக்கண ஆசிரியர்கள் ஆராய்ந்துள்ளன ரெனினும் மொழி என்பது எழுத்தில் அமைந்தது என்ற அடிப்படை நம்பிக்கை யிலேயே அவ்வாசிரியர்கள் தமது நூல்களை இயற்றினர். ஆகவே, இலக்கிய மொழியாக வழங்கிய உயர்ந்தோர் – சான்றோர் வழக்கே இலக்கண ஆய்வுகளுக்கு உரியதொன்றாயிற்று. இதனால் ஏட்டு வழக்கு, பேச்சு வழக்கு என மொழிவழக்கு இரு கூறுபட்டது. இரண்டிற்குமிடையில் ஏற்றத்தாழ்வுகளும் கற்பிக்கப்படலாயிற்று. இன்றும் இப்பாகுபாடு எமது மொழிப்பயிற்சியில் முக்கிய இடம் வகிக்கிறது.

பேச்சு மொழியே உண்மையானது, உயிராற்றல் உடையது என்பது மொழியியலாரின் எடுகோள்களில் ஒன்று. இது இலக்கியத் திறனாய்வாளருக்குப் பெரிதும் அனுகூலமான கோட்பாடு ஆகும். நாம் மேலே விவரித்த மூவகைப் பயன்பாடுகளையும் மாணாக்கர் சிறந்த முறையிற் கண்டறிய வேண்டுமாகில் பேச்சுமொழியின் அடிப்படையிலிருந்தே தொடங்கவேண்டும். ஓர் இலக்கியப் படைப்பை வாழ்க்கையுடன் தொடர்புபடுத்தி விளங்கப்படுத்துவ தானால் இயல்பான வழக்குமொழி அவ்விலக்கியத்திலே இடம் பெற்றிருப்பது விரும்பத்தக்கதன்றோ. இலக்கியத்தைச் சிருஷ்டிக்கும் ஆசிரியர்கள் இதனை அனுபவரீதியாக உணர்ந்து ஏற்றுக்கொண்டுள்ளபோதும் பெரும்பாலான இயற்றமிழாசிரிய ருக்கு இக்கோட்பாடு உடன்பாடில்லை. இக்கோட்பாடு பொதுவாக ஏற்றுக்கொள்ளப்படும் நிலைமை தோன்றும்வரை எமது மொழிப்பயிற்சி மட்டுமன்றி, இலக்கியக் கல்வியும் குறைபாடுடையதாகவே இருக்கும். இருவழக்கு மொழி நிலைபற்றிக் கூறிவிட்டு, பேச்சு வழக்கு மொழி குறித்துச் சக்கரவர்த்தி இராசகோபாலாச்சாரியார் கூறியுள்ளவை பிரச்சினையைத் தெளிவாக்குகின்றன:

> போதனாமுறை மேதாவி ஒருவர் எழுதுகிறார்: "பேச்சு நடை வேறு, எழுத்து நடை வேறு என்று எண்ண வேண்டாம். கொஞ்சம் கவனித்து ஆலோசித்துப் பேசுகிற பேச்சே எழுத்தாகும்." பேசுவது போலவே எழுதிவிடலாமா என்ற கேள்வி தமிழில்தான் இவ்வளவு சந்தேகத்திற்கு இடம் கொடுக்கிறது. பிற பாஷைகளில் இதைப் போன்ற சந்தேகமே கிளம்பாது. இவ்விஷயத்தில், நான் பேச்சு நடைக் கட்சியைச் சேர்ந்தவன். பேச்சைப் பின்பற்றினால்தான் வசன நடையானது அழகும் ரஸமும் வலிவும் வாடாப் புதுமையும் கொண்டு

> விளங்கும். பேச்சு நடைகளைச் சரியாகப் பிடித்துத் தாங்கள் எழுதும் எழுத்தில் பதியச் செய்வதே எழுத்தாளர்களின் சாமர்த்தியம்.

ஈழத்திலே மொழியியல் ஆய்வு முன்னோடிகளில் ஒருவராகத் திகழ்ந்த காலஞ்சென்ற பேராசிரியர் க. கணபதிப் பிள்ளை, தமது மொழியியற் பயிற்சியின் விளைவாகவே பேச்சுத்தமிழில் நாடகங்கள் எழுத முற்பட்டார். *நானாடகம்* என்னும் நூலின் முன்னுரையிற் பின்வருமாறு எழுதினார்.

> நாடகம் என்பது உலக இயல்பை உள்ளது உள்ளபடி காட்டுவது. ஆகவே, வீட்டிலும் வீதியிலும் பேசுவது போலவே அரங்கிலும் ஆடுவோர் பேசல் வேண்டும் ... கொடுந் தமிழ்மொழி அவ்வந் நாட்டிற்கே உரிய மொழியாம். ஆகவே சோழ மண்டலத்துத் தமிழர் ஈழ மண்டலத்துத் தமிழை அறிவதற்கு வழி யாது? அன்றியும் உயிருள்ள மொழியெல்லாம் இடை விடாது மாறிக்கொண்டே வரும். ஒருவனை ஐந்து வயதிற் பிடித்த படமும் ஐம்பது வயதிற் பிடித்த படமும் ஒரு தன்மையவாய் இருக்குமோ? . . . அது போலவே அவ்வக் காலத்துக் கொடுந் தமிழையும் தீட்டி வைத்தல் வேண்டும். இன்றைக்கு முப்பது ஆண்டுகட்கு முன்னே யாழ்ப்பாணத்திற் பேசிய தமிழோ இன்று நாம் பேசும் தமிழ்? இங்ஙனம் யாம் கூறுவது சொல்லை மட்டும் எண்ணியன்று; சொல்லின் வடிவம் மாறமாற இலக்கணமும் மாறும்; பொருளும் மாறும். ஆகவே, அவ்வக் காலத்துச் சொல்லின் வடிவும் பொருளும் இலக்கணமும் தீட்டிவைத்தல் இன்றியமையாதது. இதன் உண்மை, ஆங்கிலம் முதலிய மேனாட்டு மொழி வல்லுநர் அறிவர். நம் தமிழ்மொழி வல்லுநரும் இவ்வுண்மையை அறிவரோ?

ஏறத்தாழ முப்பத்தைந்து ஆண்டுகட்டு முன்னர் பேராசிரியர் வற்புறுத்திய உண்மையை 'நம் தமிழ்மொழி வல்லுநர்' இன்றும் சரிவர அறிந்திருப்பதாகத் தெரியவில்லை. அதன் விளைவாகவே மொழிப்பயிற்சி இன்னும் பரிதாபகரமான நிலையிலிருக்கிறது. இலக்கிய ஆசிரியரும் இவ்வுண்மையின் பொருத்தத்தையும் இயைபினையும் நன்கு உணர்தல் வேண்டும். சமுதாயத்திற்கும் கல்விக்கும் ஒருமைப்பாடு வேண்டும் என்று பலரும் எடுத்துக் கூறும் இக்காலத்தில், மாணாக்கரது சூழலில் வழங்கும் மொழிக்கும் அவர்களுக்குப் போதிக்கப்படும் மொழிக்கும்

ஒப்பிசைவு இல்லாதிருப்பின் முதலிலேயே யாவும் கோணலாகி விடுமன்றோ? வழக்குத் தமிழ் தகைமை உடையது என்ற உண்மையை ஆசிரியர் மாத்திரமன்றி மாணாக்கரும் ஐயத்திற்கு இடமில்லாது உணர்ந்து கொண்டாலன்றிச் செம்மையாக மொழித் திறனைத் தெளிந்துகொள்வது இயலாத காரியம். மொழித் திறனை அறிவது இலக்கியப் பயிற்சியின் முக்கிய அம்சங்களில் ஒன்று என்பதை ஏலவே கூறியிருக்கிறேன்.

நானாடகம் என்ற நாடகத் தொகுதி குறித்து விபுலானந்த அடிகள் *கலைமகள்* சஞ்சிகையில் *(ஜனவரி 1941)* எழுதிய கட்டுரையிலே "தாம் தாம் வழங்குகின்ற வழக்கு மொழியையே நயம்பட உரைக்கப் பயின்றுகொள்ள வேண்டும். சம்பாஷணை யிலே சொல்நயத்தோடு பொருள் நயமும் அமையவேண்டும்" என்றார். நுட்பமான கருத்து இது. எமது பெரியோர்கள் கூறியுள்ள இவ்வறிவுரைகளைக் கேவலம் வெறும் 'நல்லுரைகளாக' உதட்டளவிற் போற்றிச் சும்மாவிருப்பதை விடுத்து நடைமுறையில் காணல் வேண்டும். அப்பொழுதுதான் இலக்கியக் கல்வி உரிய பயனைத் தரும்.

~ ~

இலக்கிய மின்றி இலக்கணம் இன்றே
எள்ளின் றாயின் எண்ணெயும் இன்றே
எள்ளினின் றெண்ணெய் எடுப்பது போல
இலக்கிய யத்தினின் றெடுபடும் இலக்கணம்.

– பழைய மேற்கோட் சூத்திரம்

கவிதை உலகமே தனி உலகம்; அறிவு அனைத்தையும் தன்னுள்ளே கொண்டது கவிதை உலகம்; உலக அறிவின் மையமும் வெளிவட்டமும் கவிதைக் காந்தம்தான். ஓசை நயத்திலே, இசை வெள்ளத்திலே உலகமே லயித்து நிற்கும்.

– ஷெல்லி

நல்ல நோக்கம் அல்லது நல்ல பயன் என்றே பொருள் தரக்கூடிய 'இலக்கியம்' என்ற சொல்லைத் தமிழர்கள் எழுத்தாலாக்கப்பட்ட எல்லா நூல்களுக்கும் பொதுப்பெயராக வழங்கிவருவதைக் கவனித்தால் தமிழுக்குள்ள ஒரு தனிச் சிறப்பைக் காணலாம்.

– நாமக்கல் இராமலிங்கம் பிள்ளை

சொற்கள் – தொடர்கள் – வாக்கியங்கள் – இவற்றின் சமூகந்தான் இலக்கியம்; இலக்கியத்தின் பொருளை வரையறை செய்து படிப்பதற்குத்தான் இலக்கணம் படிக்கிறதென்று பெயர்.

– பண்டிதமணி சி. கணபதிப் பிள்ளை

கவிதை தமிழில் இருக்கலாம்; ஆனால் கவிதையைப் பற்றிய ஆராய்ச்சி தமிழில் கிடையாது. தமிழில் செய்யுளியலைப் பற்றி, அதாவது கவிதையின் வடிவத்தைப்பற்றி நன்றாக ஆராய்ந்திருக்கிறார்கள். ஆனால் கவிதை என்றால் என்ன என்பதைப் பற்றித் தமிழர் ஆராயவே இல்லை.

– புதுமைப்பித்தன்

2

இலக்கியமும் கோட்பாடுகளும்

அண்மைக் காலங்களிலே பள்ளிக்கூடங்களில் இலக்கியப் பாடங்களின் கூறாகச் **சுவைத்தல்** என்னும் பகுதி இடம் பெற்று வருகிறது. இப்பொழுது பாடசாலைகளிற் பயன்படுத்தப் பெறும் *தமிழ் மலர்* வரிசையிலே ஆறாம் மலரிலிருந்து கவிதையும் சுவைத்தலும் கிரமமாகச் சேர்க்கப்பட்டிருப்பது பாராட்டற்குரியதாகும். ஒன்பதாம் மலரிலே உரைநடைப் பகுதியும் சுவைத்தற்குரியதாகக் கொடுக்கப்பட்டுள்ளது. உரைநடையையும் திறனாய்தலுக்கு எடுத்துள்ளமை இலக்கியம் கற்பித்தலில் ஏற்பட்டுள்ள முன்னேற்றத்தைக் காட்டுகிறது என்றே எண்ணுகிறேன். பொதுவாக, பள்ளிக்கூடத்திலிருந்து பல்கலைக்கழகம் வரை சுவைத்தல் அல்லது நலனாய்தல் இப்பொழுது வெவ்வேறு அளவில் இலக்கியப் பாடத்தின் அங்கமாக அமைந்துள்ளது எனலாம். ஆகவே சுவைத்தற் பயிற்சி பற்றி ஆராய்வது பயனுடையது.

பள்ளிக்கூடத்திலுஞ் சரி, பல்கலைக் கழகத்திலுஞ் சரி நலனாய்தலைப் பயிற்றும் ஆசிரியர் பலர் பெரும்பாலும் கேட்கும் வினாக்கள் இரண்டு உண்டு. உதாரணத்திற்காக ஒன்பதாம் மலரிலே (பக். 98, 99) உள்ள வினாக்களை எடுத்துக்கொள்வோம்.

1. இந்த ஆசிரியரின் நோக்கமென்ன?
2. வாசகரிடத்து எத்தகைய உணர்ச்சியை இவர் உண்டாக்கப் பார்க்கிறார்?

அல்லது

இப்பந்தியில் எத்தகைய உணர்ச்சி வெளிப்படுகின்றது?

இவ்விரு வினாக்களும் சிறிது மாற்றத்துடன் வாய்பாடு போலக் கேட்கப்படுவதைக் கண்டிருக்கிறேன். சுவைத்தற் பயிற்சிக்கு ஆதாரமாய் விளங்கும் இவற்றை எடுத்துக்காட்டாகக் கொண்டு இலக்கியம் கற்பித்தலுக்கும் இலக்கியக் கொள்கைகளுக்கும் உள்ள தொடர்பு குறித்துச் சில குறிப்புகளை இவ்விடத்தில் எடுத்துரைக்க எண்ணுகிறேன்.

நோக்கமும் தாக்கமும்

மேலே குறிப்பிட்டிருக்கும் வினாக்கள் இரண்டையும் மீண்டும் நோக்குவோம். முதலாவது, ஓர் இலக்கியக் கர்த்தாவின் நோக்கம் யாதென அறிந்துகொள்வது சுவைத்தலுக்குரிய இன்றியமையாத் தேவை என்பதைக் குறிக்கிறது. இரண்டாவது, ஓர் இலக்கியப் படைப்பு வாசகனிடத்து எத்தகைய பாதிப்பை அல்லது உணர்ச்சியை உண்டாக்குகிறது என்பதைப் பொறுத்தே அதன் வெற்றி முடிவு செய்யப்படும் என்று கூறுகிறது. ஆங்கில இலக்கியத் திறனாய்வாளர் சிலர் இவ்விரண்டைப் பற்றியும் விரிவாகவும் நுணுக்கமாகவும் ஆராய்ந்து சில முடிபுகளைக் கூறியிருக்கின்றனர். அவர்களுள் அமெரிக்க நாட்டுத் திறனாய்வாளரான டபிள்யூ. கே. விம்ஸாற் என்பவர் சிறப்பாகக் குறிப்பிடத்தக்கவர். *சொற்படிமம் (The Verbal Icon)* என்னும் நூலிலே இவ்விரு வினாக்கள் சம்பந்தமாக அவர் கூறியுள்ள சில கருத்துக்களைப் பொருத்தம் நோக்கி இவ்விடத்தில் எடுத்தாள்கிறேன்.

ஓர் இலக்கிய ஆக்கத்தை ஆராயும்பொழுது அதன் ஆசிரியர் வெளிப்படையாய்க் குறிப்பிடும் உள்நோக்கத்தைச் சான்றாகக் கொண்டு அவ்வாக்கத்தை மதிப்பிட முற்படுவது முறையான இலக்கியத் திறனாய்வுத் தொடர்பற்றது என்கிறார் விம்ஸாற். ஓர் இலக்கியப் படைப்பை ஆராயுமுன் அதன் ஆசிரியரது நோக்கத்தை முன்கூட்டியே வாய்பாடாக அறிந்துகொள்வதற்கு எல்லாச் சந்தர்ப்பத்திலும் வாய்ப்பு இராது. அதே வேளையில் அவ்வாறு அறிந்துகொள்வது விரும்பத் தக்கதுமன்று. ஏனெனில், ஆசிரியரது நோக்கத்தை முன்கூட்டியே நாம் அறிந்துகொள்வதற்குப் புறச்சான்றுகளையே நாடுகின்றோம். அவையாவன: ஆசிரியரது வாழ்க்கை வரலாறு, நண்பர்கள் குறிப்பிட்டுள்ள நினைவுகள், அல்லது கடிதங்கள், பாடல்கள் பாடப்பெற்ற சந்தர்ப்பங்கள் பற்றிய செய்திகள் முதலியனவாம்.

இவ்விடத்திலே விம்ஸாற் சுட்டிக்காட்டும் முரணிலை ஒன்றை விவரிக்க விரும்புகிறேன். ஒரு செய்யுளை எடுத்துக்

கொண்டால் அதன் பொருளை உணர்வதற்கு இருவகையான சான்றுகள் உள்ளன; அகச்சான்றும் புறச்சான்றும். இங்கே அகம், புறம் என்ற சொற்பிரயோகத்திலே முரணிலை தோன்றுவதை அவர் மேல்வருமாறு விளங்குகிறார்.

ஒரு பாடலின் பொருளைத் தெரிந்துகொள்வதற்குரிய அகச்சான்று உண்மையில் அந்தரங்கமானதல்ல. அது அனைவருக்கும் பொதுவானவையாகவுள்ளது. அதாவது ஒரு பாடலின் அகச்சான்று ஏக காலத்திற் புறச்சான்றாகவும் உள்ளது. அப்பாடலில் அமைந்திருக்கும் சொற்றொடர்களையும் சொற் பொருள்களையும் நுனித்து நோக்குவதாலும், பழக்கத்தினால் எமக்கமைந்த மொழிப்பரிச்சயத்தினாலும், இலக்கண நூல்கள், அகராதிகள் என்பவற்றின் துணையினாலும், அக்கருவி நூல்களுக்கு ஆதாரமாயமைந்த இலக்கியங்களின் பயிற்சியினாலும், எமக்கு இயற்கைச் சூழலாயமைந்த பண்பாட்டுக் கூறுகளினாலும் ஒரு பாடலின் பொருளை உணர்ந்துகொள்ளும் வாய்ப்பு எம்மெல்லோருக்கும் உண்டு. அந்த அளவுக்குப் பாடலில் ஆசிரியருக்கு அந்தரங்கமானது என்று எதுவும் இருக்கவேண்டிய தில்லை; ஆசிரியரது என்று எதுவும் இருக்கவேண்டியதில்லை. ஆசிரியரது உள் நோக்கம் யாதாயிருப்பினும் பாடப்பெற்றபின் அப்பாடல் யாவர்க்கும் பொதுவானதொன்றாகும்.

ஆனால், புறச்சான்றாகக் கொள்ளப்படும் செய்திகளே உண்மையில் ஆசிரியரது தனி மனப்போக்கு, தனிச்சிறப்பியல்பான மொழிநடை முதலியவற்றைத் தெரிவிப்பனவாகும். இன்னார் இறந்தபோது இச்செய்யுள் இயற்றப்பட்டது என்றோ, இன்னார்மீது கொண்டிருந்த காதலினால் இச்செய்யுள் இயற்றப்பட்டது என்றோ, இன்னாருக்குப் போட்டியாக இப்பாடல் எழுந்தது என்றோ கூறப்படும் புறச் செய்திகள் அனைத்தும் பாடலிற் காணப்படும் சொற்றொகுதிக்குத் தெடர்பற்றவை. அவை ஆசிரியரது வாழ்க்கை வரலாற்றுக்கு ஏற்றவையாயிருக்கலாம். ஆனால் அனைவரும் அறியக்கூடிய வகையில் குறிப்பிட்ட பாடலில் இடம் பெறாதிருப்பின் அவற்றைக் குறிப்பிடுவதாற் பயன் என்ன?

சில வேளைகளில் ஓர் ஆசிரியரும் அவரது நண்பர்களும் தமக்குள்ளே குழூஉக்குறியாய் – பரிபாஷையாய் – வழங்கிய சிற்சில சொற்களைப் பற்றிய செய்திகள் ஆசிரியரது சொல்லாட்சிபற்றி எமக்குச் சில துணை விளக்கங்களைத் தருதல் கூடும். ஆயினும், கூர்ந்து பார்த்தால் அத்தகைய பிரத்தியேகமான சொற்பிரயோகம் ஆற்றல் உள்ளதாயும் அர்த்தமுள்ளதாயும் இருக்குமாயின் அது அச்சொல்லின் பொதுவான பொருளியல் எல்லைக்கு உட்பட்டதாகவே இருக்கும்.

ஆகவே ஒரு கவிதையை ஆய்வதற்கு அதனை இயற்றியவரின் உள்நோக்கம் பற்றிய செய்தியோ விளக்கமோ அவசியமல்ல என்பதும் அத்தகைய புறச்சான்றுகள் உண்மையான திறனாய் வுக்குப் பலவிதத்திலே தடையாக அமைகின்றன என்பதும் விம்ஸாற் வற்புறுத்தும் கருத்தாகும். பாடலை ஆயுமுன்னரே அதன் தோற்றத்தைப் பற்றியும் அதன் ஆசிரியரது உள்நோக்கத்தைப் பற்றியும் ஒருவர் திட்டவட்டமான எண்ணங்களைக் கொண்டிருந் தால் அவர் பாடலை முழுமையாகவும் நடுவுநிலையுடனும் ஆய்வது எங்ஙனம்? பாடலின் பொருளுக்கு முதலிலேயே வரம்பு கட்டிவிட்டார் அல்லவா? பாடலிலுள்ள சொற்களையும் சொற்றொடர்களையும் அவற்றுக்குரிய கூருணர்வுடனும் நுட்ப நுணுக்கத்துடனும் துருவி ஆராயாமல் பாடல் தோன்றிய சூழ்நிலை பற்றிய செய்தியையும் அப்பாடலை இயற்றியவரது உள்நோக்கத்தையுமே முதன்மைப்படுத்தி விடுகிறார். இதனை உள்நோக்க முதல் வாதம் என்று விவரிக்கலாம்.

பேராசிரியர் விம்ஸாற் இதனை உள்நோக்கப் போலி நியாயம் (the intentional fallacy) என்று கூறுவர். தருக்கவியற் பரிச்சயமுள்ளவர்களுக்கு நியாயப் போலி என்னவென்று விளக்கவேண்டிய அவசியமில்லை என்றெண்ணுகிறேன். "இந்த ஆசிரியரின் நோக்கமென்ன?" என்று கரவின்றி ஒருவர் வினவும்பொழுது அவரது அடிப்படை உள்நோக்கப் போலி நியாயம் என்பது மிகைக் கூற்றாகத் தோன்றக்கூடும். ஆயினும், வகுப்பறையிலும் இலக்கிய அரங்கிலும் இக்கேள்வி அடிக்கடி எழுப்பப்படுவதால் அதனை அலட்சியஞ் செய்யவியலாது.

உள்நோக்க நியாயப் போலி என்பது ஒரு கவிதையை அதன் பிறப்பைக் கொண்டு மதிப்பிடுவதாகும். மெய்யியலாளர் இதனையே பிறப்புமுறைப் போலி என வழங்குவர். அதாவது பிறப்புமுறைப் போலியின் இலக்கிய வெளிப்பாடே உள்நோக்கப் போலி நியாயம் எனலாம். இதன் அடிப்படையில் கவிதைத் திறனாய்வை மேற்கொள்ளும் ஒருவர், குறிப்பிட்ட ஒரு கவிதை தோன்றுவதற்கு ஏதுவாயிருந்த உளவியற் காரணங்களைக் கொண்டு அக்கவிதையை மதிப்பிட முயல்கிறார். அது கவிஞனது வாழ்க்கை வரலாற்றுச் செய்திகளை ஆய்வதாக முடிகிறது. திறனாய்வாளரைப் பொறுத்தவரையில் அவரது நோக்கு உளச்சார்ச்சி வாதத்திற் சென்று சேர்கிறது. சுருங்கக் கூறின், எடுத்துக் கொண்ட பாடலைத் தன்னிறைவுடைய ஒரு முழுமையாகக் கருதி அதனைத் துருவித் துருவி ஆராய்ந்து அனுபவிக்காமல் ஏலவே கொண்டுள்ள ஒரு கருத்தையோ எண்ணத்தையோ அப்பாடலிற் கண்டு சுயதிருப்தி அடைவதே உள்நோக்கப் போலி நியாயத்தின் விபரீத விளைவாகும். இன்னொரு வகையிற் சொல்லப்போனால்

இத்தகைய ஆய்வுமுறையும் வாதமும் 'குறுக்குவழி' இலக்கிய இரசனை என்று கூறலாம்.

தமிழ் நாவலர் சரிதை, தனிப்பாடற்றிரட்டு முதலிய இடைக்காலச் செய்யுள் தொகை நூல்கள் மேற்கூறிய நோக்கிலேயே இந்நூற்றாண்டில் பிரசித்தப்படுத்தப்பட்டுள்ளன. கதாகாலட்சேப முறைக்கும் இதற்கும் நெருங்கிய – இரத்த – உறவுண்டு. தற்காலத் தமிழிலக்கிய உலகிலே இம்மாதிரியான இரசனை பல்வேறு விகற்பங்களுடன் காணப்படும். ஒருதாரணம் மாத்திரம் இவ்விடத்திற் காட்டுவேன்.

கம்பராமாயணத்தில் கைகேயி சூழ்வினைப் படலத்திலே தனது உயிருக்கு நேரான மகனைப் பிரியநேரும் தசரத மன்னனின் சோகமும் புலம்பலும் உருக்கமாகச் சித்தரிக்கப்பட்டுள்ளன. அவற்றை விரிவாக நயந்துரைக்க இஃது ஏற்ற சந்தர்ப்பமன்று. ஆனால், தசரதனது அவலத்தையும் ஆற்றாமையையும் கதையின் வளர்ச்சியையொட்டிப் பலர் படித்தறிந்திருப்பார்கள். தசரதனது புத்திர சோகத்தைப் புலப்படுத்தும் பாடல்களைப் பலவழிகளிற் கற்று அனுபவிக்கலாம்.

    சிந்தை திரிந்து திகைத்து அயர்ந்து வீழ்ந்தான்
    மைந்தன் அலாது உயிர் வேறிலாத மன்னன்

என்னும் அடிகளையோ, அல்லது

    என்மகன் என்கண் என்உயிர் எல்லா உயிர்கட்கும்
    நன்மகன் இந்தநாடு இறவாமை நய என்றான்

என்னும் அடிகளையோ அவை போன்றவற்றையோ படித்துத் தசரதனது புத்திரவாஞ்சை புலப்படுமாற்றைக் கண்டு கொள்ளலாம். அதாவது இப்பகுதியில் உள்ள பாடல்களிற் பொதிந்துள்ள சோகத்தையும் மன அவதியையும் மேலே காணப்படும் மேற்கோள்கள் போன்ற சொற்கூட்டங்களின் மூலம் நாம் அனுபவித்து உணரலாம். இது தனிப்பாடல்களைக் கற்றனுபவிப்பதை யொக்கும்

அல்லது இன்னும் ஒருபடி மேலே சென்று, கம்பராமாயணத்தை முழுமையான ஓர் ஆக்கமாகக் கொண்டு, தசரதன் – இராமன் உறவையும் உணர்ச்சிப் பிணைப்பையும் காவிய முழுவதிலும் ஏற்ற சமயங்களில் எவ்வாறு தொடர்புறுத்திக் கவிதைகளைக் கம்பன் இயற்றியுள்ளான் என்பதைக் கண்டறிவது நுட்பமான கலைநயத்தை அனுபவிப்பதாகும். உதாரணமாகத் தசரதனை உடலாகவும், இராமனை உயிராகவும் உவமித்துப் பாலகாண்டத்திலே பாடும் கம்பன் ஆயிரக்கணக்கான பாடல்களுக்குப் பின்னால் அதே

உவமானத்தை ஏற்றவிடங்களிலெல்லாம் பயன்படுத்திக் காவிய நிர்மாணத்தில் ஈடுபடுகிறான். இவ்வாறு பார்ப்பது தனிப்பாடல் இரசனையினின்றும் சிறிது வேறுபட்டது. காவியக் கட்டுக்கோப்பு சம்பந்தமானது. ஆயினும் இங்கும் எமக்கு மூலாதாரமாயுள்ளவை சொற்கள்தாம். சொற்கள் தொடர்புடைய வகையில் வெவ்வேறு சமயங்களில் உபயோகிக்கப்படும் ஆற்றலையே நாம் கண்டு ஆனந்திக்கிறோம். (ஹோமர் எழுதிய கிரேக்க காவியங்களிலும் இத்தகைய நயங்கள் இருப்பதை மேனாட்டு இலக்கியத் திறனாய்வாளர் ஆய்ந்து காட்டியிருக்கின்றனர்.)

தனிப்பாடல் இரசனைமுறையிலேனும் காவிய இரசனை முறையிலேனும் நாம் கம்பனது கவித்துவத்துக்குச் சான்றாகக் கணக்கெடுத்துக்கொண்டது பாடல்களிற் பயின்றுவரும் சொல்லாட்சிதான். ஆனால், சில இரசிகர்கள் தசரதனது புத்திரசோகத்தைச் சித்தரிக்கும் பாடல்களை வைத்துக்கொண்டு உள்நோக்கப் போலி நியாயம் ஒன்றைக் கூறுவர். அவர்கள் கம்பனது வாழ்க்கை 'வரலாற்றை'த் துணைக்கிழுத்து, நிஜ வாழ்க்கையிலே தனது மகன் அம்பிகாபதியை இழந்து புத்திரசோகத்தை அவன் அனுபவித்தவனாகையால் இப்பாடல்களை உணர்ச்சிச் செறிவுடன் ஆக்கியுள்ளான் என்று கூறுவர். இது 'புறச்சான்று' கொண்டு கவிதையின் தரத்தை முடிவுசெய்ய முற்படுவதாகும். இத்தகைய இரசனைக்கு எதிராகப் பல தடைகள் கூறலாம்.

முதலாவதாக, கம்பனது வாழ்க்கைச் செய்திகள் உறுதியானவை அல்ல; ஐயத்துக்கிடமான பல நிகழ்ச்சிகள் அவனைப் பற்றிய செவிவழிச் செயதிகளில் இடம்பெற்றுள்ளன. அம்பிகாபதி வரலாறு முற்றுமுழுதான கட்டுக்கதையாகவும் இருத்தல் கூடும். இரண்டாவதாக, அம்பிகாபதி வரலாற்றைக் கொண்டு தசரதன் புலம்பலுக்குக் கவிநயம் காண முற்படுவது கவிதையை நுணுக்கமாகப் படிக்காமலே மூலத்திலிருந்து விளைவு காணும் குறுக்குவழி வாதமாகும். இது நேர்மையான இலக்கியத் திறனாய்வுக்கு முரணானது என்பதை இதற்கு மேலும் வலியுறுத்த வேண்டியதில்லை என எண்ணுகிறேன்.

இனி, இரண்டாவது வினாவிற்கு வருவோம். "வாசகரிடத்து எத்தகைய உணர்ச்சியை இவர் உண்டாக்கப் பார்க்கிறார்?" அதாவது, ஒரு குறிப்பிட்ட இலக்கியப் படைப்பைப் படிக்கும் வாசகனுக்கு எத்தகைய தாக்கம் ஏற்படுகிறது என்பதை ஆதாரமாய்க்கொண்டு அப்படைப்பின் தரமும் தகுதியும் முடிவு செய்யப்படல்வேண்டும் என்பது வினாவின் உட்கிடை. பேராசிரியர் விம்ஸாற் இதனை மகிழ்ச்சி தருகின்ற போலி நியாயம் *(the affective fallacy)* என்று கூறுவர்.

முதலாவது போலி நியாயம் ஒரு கவிதையின் தரம் அதன் தோற்றத்துக்குரிய **காரணிக**ளினால் நிச்சயிக்கப்படுகிறது என்று கூறுகிறது எனக் கண்டோம். மகிழ்ச்சி தருகின்ற போலி நியாயமோ ஒரு கவிதையின் தரம் அதன் **விளைவு**களைக் கொண்டு அதாவது அப்பாடலின் **காரியங்களைக்** கொண்டு தீர்மானிக்கப்படுகிறது எனக் கூறுகிறது. இதன் அடிப்படையில் கவிதைத் திறனாய்வை மேற்கொள்ளும் ஒருவர், குறிப்பிட்ட ஒரு கவிதை வாசகரிடத்தே தோற்றுவிக்கும் உளவியல் விளைவுகளைக் கொண்டு அக்கவிதையை மதிப்பிட முயல்கிறார். அது மெய்யியலாளர் குறிப்பிடும் அறிவியல் ஐயவாதத்தின் ஒரு வெளிப்பாடாக அமைகிறது. திறனாய்வாளரைப் பொறுத்தவரையில் அவரது நோக்கு, பதிவு நவிற்சியிலும் உளச்சார்ச்சி வாதத்திலும் சென்று சேர்கிறது. சுருங்கக் கூறின், எடுத்துக்கொண்ட பாடலைத் துருவித் துருவி ஆராய்ந்து அதனுள் ஆழ்ந்து கிடக்கும் கவியுளத்தையும் அதன் அனுபவத்தையும் தெளிவதற்குப் பதிலாகப் படிப்போனது உள்ளத்தில் ஏற்படும் சலனங்களை மாத்திரம் சிலாகித்துப் பேசும் 'ஆரவார இரசனை' முறை இப்போலி நியாயத்தின் விபரீத விளைவாகும்.

மேலே கூறிய இருவகைப் போலி நியாயங்களும் அடிப்படையில் ஒற்றுமையுடையவை. ஒன்று கவிதையின் காரணிகளை முதன்மைப்படுத்திக் கவிதைக்குச் சிறப்புத் தேடுகிறது. மற்றொன்று கவிதையின் காரியங்களை முதன்மைப்படுத்திக் கவிதைக்குச் சிறப்புத் தேடுகிறது. இரண்டுமே கவிதையை – கவிதை என்ற சொற்படிமத்தை – முதன்மைப்படுத்தவும் முழுக் கவனத்தையும் ஒருங்கே அதன்மீது செலுத்தவும் தவறிவிடுகின்றன. இதனால் நட்டம் திறனாய்வுக்குத்தான்.

இவ்விரு போலி நியாயங்களும் தற்காலத் தமிழிலக்கியத்தில் காணப்படுவன. எனினும், இரண்டாவதாக நாம் பார்த்த மகிழ்ச்சி தருகின்ற போலி நியாயமே மிகு பரவலாய்க் காணப்படுகிறது. ஆகவே, அதனைச் சிறிது விரிவாக இவ்விடத்தில் கலந்தாராய்ச்சி செய்ய விரும்புகிறேன். மகிழ்ச்சி தருகின்ற போலி நியாயமானது எம்மவரிடையே 'உணர்ச்சி வெளிப்பாடு' என்ற கருத்துப் படிவத்திலே வழங்கிவருகிறது.

உணர்ச்சி வெளிப்பாடே கவிதையின் பிரதான பண்பு என்ற நம்பிக்கை எமது இலக்கிய உலகில் நிலைகொண்டிருக்கிறது. இருபதாம் நூற்றாண்டு புலவர்கள் பலர் – பாரதி, பாரதிதாசன், ச.து. சுப்பிரமணிய யோகி, கம்பதாசன், கண்ணதாசன், கலைவாணன், தமிழ் ஒளி முதலியவரெல்லாம் உணர்ச்சிக் குழம்பு களைத் தீட்டும் கவிஞராகவே போற்றப்படுகின்றனர். ஈழத்திலே

‘உணர்ச்சிக் கவிஞர்’ என்ற சொற்றொடர் ‘முதிரா இளைஞர்’ சிலரால் பெருமைக்குரிய தொன்றாகப் பயன்படுத்தப்படு வதைக் காணலாம். இதெல்லாம் கவிதையின் பண்பைப்பற்றியும் பயனைப்பற்றியும் ஏறுமாறான எண்ணங்கள் நிலவுவதையே நிரூபிக்கின்றன என்றால் தவறில்லை.

வரலாற்று அடிப்படையில் பார்க்கும்பொழுது இந்நம்பிக்கை, அதாவது உணர்ச்சி வெளிப்பாடே உயர் கவிதையின் சிறப்பியல்பு என்ற எண்ணம் அண்மைக் காலத்தில் எழுந்ததொன்றாகவே தெரிகிறது. குறிப்பாக இந்நூற்றாண்டின் முற்பகுதியில் ஆங்கில இலக்கியத்தில் செல்வாக்குடன் விளங்கிய இலக்கியக் கோட்பாட்டின் பிரதிபலிப்பே இது எனலாம். ஏ. இ. ஹௌஸ்மன் *(A.E. Housman, 1859-1936)* இத்தொடர்பில் குறிப்பிடத்தக்கவர். *கவிதையின் பெயரும் இயல்பும் (The Name and Nature of Poetry -1933)* என்ற நூலிலே அவர் கூறிய கருத்துக்கள் தமிழிலக்கிய இரசிகர்கள் பலருக்கு இன்றுவரை மூலாதாரமாயிருந்து வருகின்றன. கவிதைக்கு, ஹௌஸ்மன் வகுத்த இலக்கணங்களைச் சுருக்கமாகப் பார்ப்போம்: கருத்து கவிதைக்குப் பிரதானமன்று; உணர்ச்சிப் பிரவாகத்திலேயே கவிதை மலர்கின்றது. உணர்ச்சி ததும்பும் பாடல்களில் உண்மைக் கவிதை களிநடம் புரிகின்றது. பொருள் விளக்கம் முதலியன அறிவுத்துறையைச் சார்ந்தவை; கவிதைக்கு உயிர்நாடி உணர்ச்சிதான்; கவிதை சொல்லப்படும் பொருளன்று; சொல்லும் முறையேயாகும். கவிதை உடலியல் சம்பந்தமானது; நல்ல கவிதையை உடலில் ஏற்படும் சிலிர்ப்பைக் கொண்டு உணரலாம்.

ஹௌஸ்மனுக்கு முன்னர் அமெரிக்க நாட்டுப் பெண்பாற் புலவரான எமிலி டிக்கின்சன் *(1830–1886)* இத்தகைய கருத்துக் களைக் கூறியிருந்தபோதும் விளைவு பற்றிய கோட்பாட்டுக்குச் சிறந்த பிரதிநிதியாக ஹௌஸ்மனே மதிக்கப்படுகிறார். இலக்கியக் கோட்பாடாகக் கொள்ளப்படாவிடினும் விளைவை அளவுகோலாகக் கொண்டு நூலின் தரத்தையும் தகைமையையும் முடிவுசெய்த நிகழ்ச்சிகள் எமது இலக்கிய வரலாற்றுக்கு முற்றிலும் புதியனவல்ல. களவியல் என்ற இறையனார் அகப்பொருள் உரையிலே அத்தகைய நிகழ்ச்சியைக் கூறும் கதையொன்றுண்டு. தமிழாசிரியர்கள் நன்கு அறிந்த அக்கதையில் உண்மையுரைக்கு உரைகல்லாக உருத்திரசன்மன் என்ற மூங்கைப்பிள்ளை பதந்தொறும் கண்ணீர் வார்ந்து, மெய்ம்மயிர் சிலிர்ப்ப இருந்தமை கூறப்படுகிறதல்லவா? அது பௌராணிகச் செய்தி. மெய்யான உரை கேட்டவிடத்து உருத்திரசன்மனுக்கு மெய்ப்பாடுகள் தோன்றியது போல் சிறந்த கவிதையொன்றைப் படிக்குப்பொழுது

உணர்ச்சி வசப்பட்டு உருகவேண்டும் என்பதே மகிழ்ச்சி தருகின்ற போலி நியாயத்தின் அடிப்படையாகும்.

கவிதையை மதிப்பிடுவதில் மாத்திரம் இக்கோட்பாடு செயற்படுகிறது என்பதற்கில்லை. விளைவைக் கொண்டு தரத்தையும் வெற்றியையும் மதிப்பிடும் போக்கின் வெளிப் பாடாகவே எமது திரைப்பட இரசிகர்களின் கண்ணீரும் நாடக இரகசிகர்களின் சிரிப்பும் அமைகின்றன. இத்தொடர்பில் ரெனி வெல்லாக் கூறுவன ஒப்புநோக்கத்தக்கன. ஐரோப்பிய இலக்கிய வரலாற்றை ஆதாரமாகக் கொண்டு அவர் பின்வருமாறு கூறுகிறார்: "இந்நிலை துன்பியல் நாடகப் படைப்புக்களின் தன்மையை அவையோர் சொரியும் கண்ணீரின் அளவாலும் இன்பியல் நாடகப் படைப்புக்களின் தரத்தை அவையிலிருந்து எழும் சிரிப்பொலிகளின் எண்ணிக்கையாலும் மதிப்பிடும் பதினெட்டாம் நூற்றாண்டுக் கோட்பாடுகளோடு ஒத்தது. உளவியல் கொள்கைகள், கவிதையின் அமைப்போடும் தன்மை யோடும் தொடர்பற்றவையாக அமைந்துவிடுவதால் முறைகேடும் ஐயமும் கவிதைப் பயன் பற்றிய முழுமையான குழப்பமே விளைகின்றன" (*இலக்கியக் கொள்கை, பக். 211*).

நவீன தமிழிலக்கியத்திலே டி.கே.சி. என்னும் மூன்றெழுத்துக் களால் நன்கறியப்பட்டிருந்தவரான ரசிகமணி சிதம்பரநாத முதலியார் (1882–1954) உளவியல் கோட்பாட்டின் பிரதம பிரசாரகராக விளங்கினார். அந்த அளவுக்கு விளைவுக் கோட்பாட்டை மட்டுமின்றி மகிழ்ச்சி தருகின்ற போலி நியாயத்தையும் அவரே முழுநிறை முனைப்புடன் பிரபல்யப் படுத்தி நிறுவினார் எனலாம். அவர் எழுதிய கட்டுரைத் தொகுதிகளாம் *இதய ஒலி, அற்புத ரஸம்* என்பனவற்றிலும், அவர் பதிப்பித்த *கம்பராமாயணம், முத்தொள்ளாயிரம்* ஆகியவற்றிலும், அவர் பிரசித்தப்படுத்திய நந்திக்கலம்பகம் என்ற நூல் பற்றிய குறிப்புரைகளிலும் இக்கோட்பாட்டின் விளக்கவுரைகளைக் காணலாம். இந்நூல்களில், உணர்ச்சியையே – படிப்போருக்கு உண்டாகும் பரவசம், புளகாங்கிதம், ஆனந்தம் முதலியவற்றையே – வற்புறுத்தியிருக்கிறார். அவரது நூல்களைப் படித்திராதவருக்காக இங்கு இரண்டொரு மேற்கோள்கள் தருகின்றேன்.

> "கவிக்கு விஷயம் அல்ல, உருவமே பிரதானம்."
>
> "அவ்வளவுதான். உணர்ச்சி எழுந்ததும், அதற்குத் தக்கபடி தமிழ்ச் செய்யுள் வந்து உதவியதும், பாவங்களின் புதுமையும் வேகமும் எல்லாம் தனி."

"இதயம் உருகுகிற நிகழ்ச்சி முதற் செய்யுளிலேயே வெளிவருகிறது. 'உணவின்றி வாடி மெலியும் மந்தை' என்றதும் சோகம் கசிய ஆரம்பித்துவிடுகிறது . . . அடுத்து இரண்டாம் அடி முடியும்போது நமக்கே சிந்தை தளர்ந்து நடக்கச் சீவனற்றுப்போன உணர்ச்சி மேலிடுவதாகத் தோன்றுகிறது. இந்த உணர்ச்சியை உண்டாக்கும் சக்திக்கு மந்திர சக்தி என்றுதான் மேல்நாட்டு ரஸிகர்கள் சொல்வார்கள்."

உணர்ச்சி வெளிப்பாட்டுக் கொள்கையை முறையாக வற்புறுத்திவந்ததற்காக இங்குச் சிதம்பரநாத முதலியாரை முதலிலே விதந்து கூறினேன். ஆனால், டி.கே.சி. குழுவைச் சேர்ந்தவர்களான பி ஸ்ரீ., எஸ். மகராஜன், தொ.மு. பாஸ்கரத் தொண்டைமான், ல. சண்முகசுந்தரம், கு. அழகிரிசாமி முதலியோரும், தமிழிலக்கிய ஆய்வாளர்களாம் அ.ச. ஞானசம்பந்தன், அ. சீனிவாசராகவன், ஆ. முத்துசிவன், கு. கோதண்டபாணிப் பிள்ளை போன்றோரும், ஈழத்திலே க.ச. அருள்நந்தி, பொ. கிருஷ்ண பிள்ளை முதலியோரும் மற்றும் இரண்டாம் தலைமுறை இரசிகமணிகளும் வெவ்வேறு அளவில் இக்கோட்பாட்டுக்கு இயைய இலக்கியத்தை நயந்துரைப்பவரேயாவர். இவர்களிலிருந்து இருவரது கூற்றுக்களை உதாரணமாகப் பார்க்கலாம்.

.... பக்தி என்ற குணத்தைப் பற்றிப் பேச முடியாது. அதைப் படம் எழுதிக் காட்டவல்லார் யார்? புலவன்தான் வல்லவன் . . . பக்தி என்பது கண்ணாலே காதாலே உணரமுடிவதல்ல என்பதைத் தெரிந்துகொண்டே புலவன் அதை மெய்ப்பாடு களால் புலப்படுத்துகிறான். பக்தி என்னும் குணத்தின் உருவத்தை அழகான நிலைக்களத்தில் வைத்துப் புலவன் காட்டுகிறான்.........

உள்ளம் குளிர உரோமம் சிலிர்த்து உரையும்
தள்ள விழிநீர் அரும்பத் தன்மறந்தாள் – வெள்ள வயல்
தேந்தா மரைமலர்சூழ் தில்லைத் திருநடஞ்செய்
பூந்தா மரைதொழுத பொன்.

தில்லை நடராசப் பெருமானுடைய தாமரை போன்ற திருவடிகளைத் தொழுத பெண்ணுக்கு உள்ளம் குளிர்ந்த நிலையில் மயிர் சிலிர்க்க, பேச்சானது குழற, விழிநீர் சொரியத் தன்னை மறக்கும் நிலை ஏற்படுகிறது. இதுவே சிறந்த கவிதைக்கு எடுத்துக்காட்டு என்று கூறுகிறார் கி.வா. ஜகந்நாதன் (*பேசாத பேச்சு*, பக். 112–3).

இனி, இலக்கியக் கோட்பாடுகளை எடுத்துக்கூறும் நூலொன்றி லிருந்து ஓர் உதாரணம் பார்ப்போம்.

மனிதனிடத்துக் காணப்பெறும் அறிவு, உணர்ச்சி என்ற இரண்டனுள்ளும் உணர்ச்சியை அடிப்படையாகக் கொண்டே கவிதை பிறக்கிறது. உணர்ச்சி, அறிவைப் போல ஆராய்ச்சிக்கு உட்படுவதில்லை... எனவே, கவிதையின் உண்மையான இயல்பை உணரவேண்டுமாயின் அதனை அனுபவித்துக் காணவேண்டுமே தவிர ஆராய்ந்து பயனில்லை... முடிவாகக் கூறுமிடத்து இங்ஙனம் தன்னை மறந்து ஈடுபடும் இயல்பு கலை ஒன்றில்தான் முடியும் என்பதும், கவிதையும் ஒரு கலையாகலின் அதனை அனுபவிக்க வேண்டுமாயின் தன்னை மறத்தலாகிய செயலே பெரிதும் வேண்டும் என்பதும், அதுவும் பக்திப் பாடல்களில் ஈடுபடவேண்டுமாயின் ஒரு சிலருக்கே அப்பேறு வாய்க்கும் என்பதும் ஒருதலை.

இலக்கியக்கலை என்ற நூலில் 'கவிதையும் அனுபவமும்' என்னும் அத்தியாயத்திலே மேலுள்ளவாறு கூறியுள்ளார் அ.ச. ஞானசம்பந்தன். "உணர்ச்சி நிறைந்த உயர் கவிதைகளைப் படித்து இன்புறுவதோடு அல்லாமல் அவ்வனுபவத்தையும் பெறவேண்டுமெனின், அதை ஏற்றுக்கொள்ளும் மனநிலையைப் பெறல்வேண்டும். அவ்வாறாயின் அதற்குரிய மனநிலை என்று தனியே ஏதேனும் உளதாவெனில் உண்டு என்றே கூறல்வேண்டும்" என்றும் அ.ச. ஞானசம்பந்தன் கூறுகிறார். இது இலக்கிய இரசனையை அநுபூதி நெறியுடன் இணைத்து விடுகிறதல்லவா? அவரே கூறியிருப்பது போல, "ஒருசிலருக்கே அப்பேறு வாய்க்கும்" என்பதால் மாணாக்கருக்குப் பயிற்றக்கூடிய இலக்கியக் கல்வியாகத் திறனாய்வு இருக்கவியலாது என்பது வெளிப்படை. இதன் காரணமாகவே மகிழ்ச்சி தருகின்ற போலி நியாயமானது இறுதியில் அறிவியல் ஐயவாதத்திற்கு எம்மை இட்டுச்சென்று விடுகிறது என்று தெளிவாகக் கூறினார் பேராசிரியர் விம்ஸாற். அறிவால் கவிதையை அனுபவிக்க இயலாது என்ற கூற்றில் இதனைக் காண்கிறோமல்லவா?

உணர்ச்சிக் கொள்கையின் போதாமை

மேலே நான் விவரித்த உணர்ச்சி வெளிப்பாட்டுக் கொள்கையின் குறைபாட்டையும் போதாமையையும் இனிப் பார்ப்போம். இக்கொள்கையின்படி கவிதைப் பரப்பிலே சிற்சில காலத்துக்குரிய பாடல்களே சிறந்தனவாகக் கருதும் நிலை தோன்றுகிறது. உணர்ச்சி வேகத்தையே அளவுகோலாய்க் கொண்டால் பக்திப் பாடல்களுள் பெரும்பகுதியும், இடைக்காலத் தனிப்பாடல்கள் சிலவும், தற்காலத்தில் எழுந்த தன்னுணர்ச்சிப் பாடல்களுமே தேறும். ஏனையவை சிறப்பற்ற கவிதைகள்

என்ற முடிவுக்கே நாம் வரவேண்டியிருக்கும். இம்முடிவு எவ்வளவு அபத்தமானது என்பதை நான் எடுத்து விளக்கவும் வேண்டுமோ? உதாரண விளக்கத்துக்காக மீண்டும் டி.கே.சியை எடுத்துக்கொள்ள விரும்புகிறேன். அவரை நன்கறிந்தவர்களான வித்துவான் ல. சண்முகசுந்தரமும் கு. அழகிரிசாமியும் அவருக்கு 'வாலாயமான' தமிழ்க் கவிஞரைப் பற்றியும் நூல்களைப் பற்றியும் கூறியிருக்கிறார்கள்; கம்பராமாயணம், கலிங்கத்துப் பரணி, திருவாசகம், ஆண்டாள் பாசுரங்கள், பாரதியார் கவிதைகள், தேசிகவிநாயகம் பிள்ளை கவிதைகள், அண்ணாமலை ரெட்டியார் காவடிச் சிந்து, முத்தொள்ளாயிரச் செய்யுள்கள், நந்திக் கலம்பகச் செய்யுள்கள், பல தனிப்பாடல்கள், சிற்சில நாடோடிப் பாடல்கள் என்பனவே அவரது கையிருப்புத் தொகுதியில் சிறப்பிடம் பெற்றன. இப்பட்டியலைப் பார்க்கும்போது எமக்கு ஓருண்மை எளிதிற் புலனாகும். இவை அனைத்துமே இசையுடன் பாடக் கூடியவை. "கவிகளை வசனம் போலப் படிப்பதை டி.கே.சி. அறவே வெறுப்பார். அவர் சுத்தமான கர்நாடக ராகங்களில்தான் பாட்டுக்களைப் பாடிக் காண்பிப்பார். கவியின் ஒரு வரியைக்கூட வசனம் போல வாசிக்கமாட்டார். நாத நாமக்கிரியை, வசந்தா, ஆனந்த பைரவி, அடாணா, பைரவி, காம்போதி, தோடி முதலிய ராகங்களில், சுத்தமாக பாவத்துடன் பாடல்களைப் பாடுவார்." இவ்வாறு எழுதியிருக்கிறார். கு. அழகிரிசாமி (*நான் கண்ட எழுத்தாளர்*, பக். 24).

டி.கே.சி.யுடன் சில விஷயங்களில் – குறிப்பாகக் கால ஆராய்ச்சியிலும் பாடபேத ஆய்விலும் – கருத்து வேறுபாடு கொண்டபோதும் அவரது கவிதா ரசனையை மெச்சிய எஸ். வையாபுரிப் பிள்ளை, *தமிழ்ச் சுடர்மணிகள்* என்னும் நூலிலே இது பற்றிக் கூறியிருப்பது சில செய்திகளைக் கொண்டுள்ளது.

> *சுமார் 1923 வரை பெரும்பாலும் தனிப்பாடல்களையே டி.கே.சி. தம் கவிதை விளக்கத்திற்கு ஏற்றவைகளாகக் கொண்டிருந்தனர். தம்மிடம் வரும் நண்பர்களை உரைகல்லாக வைத்துக்கொண்டு கவிதையின் தராதரத்தை மதிப்பிட்டு வந்தார்கள் ... பின்னர் தமது வீட்டிலேயே வாரத்திற்கொருமுறை நண்பர்கள் கூடும்படி ஏற்பாடு செய்து கம்பராமாயணப் பகுதிகளையும் தனிச் செய்யுட்களையும் வாசித்து விளக்கஞ் செய்துவந்தார் . . . பின்னர் 1928இல் இந்துமத பரிபாலன சபையின் உறுப்பினராக டி.கே.சி. நியமிக்கப்பட்டார் ... கோயில்களைச் சுற்றிப் பார்வையிட்டபோது கண்ட சிற்பக்கலையும் நடனக்கலையும் டி.கே.சிக்குப் பேரின்பம் விளைத்தன.*

கவிதைக் கலையின் அம்சங்களிற் பல இப்பொழுது நூதன முறையில் அவருக்குப் புலப்படலாயின. கவிதையின் பாவத்திலும் தாளத்திலும் எப்பொழுதும் முக்கியக் கவனம் செலுத்தி வந்த முதலியார் ஸ்ரீமதி பாலஸரஸ்வதி முதலிய முதல்தர நாட்டிய ராணிகளின் நடனச்சுவையை நுகர்ந்ததும் அமுதம் உண்ட அமரர்போலப் புத்துயிர் பெற்று விட்டார்.

இசைக்கு உகந்த பாடல்களும் அபிநயத்துக்கு ஏற்ற பாடல்களுமே டி.கே.சி.யின் கைவசத் தொகுதியில் இடம் பெற்றிருந்தன. இவ்வாறு தேர்ந்தெடுக்கையில் எண்ணிறந்த பழந்தமிழ்ப் பாடல்களும் பிரபந்தங்களும் காப்பியங்களும் விலக்கிவிடப்படுகின்றன. கவிதைக்கு மிகக் குறுகிய வரைவிலக்கணம் தோன்றிவிடுகிறது. *இதய ஒலி* என்ற கட்டுரைத் தொகுதியில் 'கவியும் உருவமும்' என்ற கட்டுரையிலே டி. கே. சி. பண்டைத் தமிழ்ப்புலவரான பெருந்தலைச் சாத்தனார் பாடிய 'ஆடு நனி மறந்த கோடுயர் அடுப்பின்' என்று தொடங்கும் செய்யுளையும் (புறம் 164), பிற்காலத்தவரான ஒப்பிலாமணிப் புலவர் பாடிய 'ஆடெரி படர்ந்த கோடுயர் அடுப்பில்' என்று தொடங்கும் தனிப்பாடலையும் அருகருகே நிறுத்திக் காட்டிப் பின்வரும் முடிவுக்கு வருகிறார்:

வாசகர்கள் இதை (புறநானூற்றுச் செய்யுளை) வைத்துக்கொண்டு கஷ்டப்பட வேண்டாம்; வாசித்து அப்படியே விட்டுவிடலாம். கவிக்கு வேண்டியது எளிமை. வேண்டாத விஷயங்கள் வந்து புறநானூற்றுச் செய்யுளைக் கலக்கிவிட்டன. எளிமை இல்லாமற் போய்விட்டது. அடைகளை மேலே மேலே போடுவதால் கவியின் உள்ளக்கிடை மயங்கிப்போய்விடுகிறது; கவியில் ரஸம் இல்லை என்றாகிவிடுகிறது.......... இந்தச் செய்யுளில் (ஒப்பிலாமணிப் புலவர் பாடலில்) சோக பாவம் அப்படியே வந்துவிடுகிறது. தமிழ்ப் பண்பு, தமிழின் பாவமான தாளம் எல்லாம் அற்புதமாய் வந்து விளங்குகின்றன. பாடலைப் பாட நமக்கு உள்ளங்கனியும்; கவி அனுபவமும் உண்டாகும். இதெல்லாம் புறநானூற்றுச் செய்யுளில் இல்லை.

மேலேயிருக்கும் வாக்கியங்களைக் கொண்டு டி.கே.சி.யின் திறனாய்வுக் கோட்பாடுகளை விரிவாக ஆராய்ந்து விடலாம். எளிமை என்ற பீடத்திலே நுண்ணயத்தையும் நுட்ப வேறுபாடுகளையும் பலியிடும் மனோபாவம், கருத்துக்களில் அக்கறையின்மை ஆகியன வெளிப்படையாகவே உள்ளன.

எனினும் டி.கே.சி. அல்ல எமக்குப் பிரச்சனை. அவர் பிரசித்தப் படுத்திய இரசிக விமர்சன முறையின் போதாமையும் பலவீனங்களுமே எமது கவனத்துக்குரியன. உணர்ச்சி வேகத்தையே தலையாய கவித்துவத்தின் சிறப்பியல்பாக அவர் ஏற்றுக் கொண்டதன் விளைவாகப் பழங்காலக் கவிதைகள் பலவும் பலவகையான கவிதைகளும் புறக்கணிக்கப்படும் நிலைமை தோன்றியது.

சுவையான உணவை உட்கொண்டுவிட்டு ஆயாசம் தீர்ந்தபின் 'சுவாரஸ்யமான' சில கவிதைகளைக் கூடியிருந்து சுவைக்கும் சூழலில் டி.கே.சி. மேற்கூறிய முறையைக் கடைப்பிடித்தார். ஆனால், அது வகுப்பறைக்கு அத்துணைப் பொருத்தமானது அன்று. மகிழ்ச்சி தருகின்ற போலி நியாயத்தின் முடிவு பதிவு நவிற்சி (*Impressionism*) என்று விம்ஸாற் கூறியிருப்பதை முன்னர் எடுத்துக் காட்டியிருக்கிறேன். ஒருவர் தன் மனத்திலே யாது காரணத்தாலோ பதித்த சில பாடல்களையும் வரிகளையும் எண்ணங்களையும் அவை ஏற்படுத்தும் உணர்ச்சி விளைவின் வெளிப்பாடாக விரிநுணுக்கக் கூறுகளில்லாமலே பொதுமைப்பாவமும் தொனியும் சிறப்பாகத் தோன்றும் வகையில் புலப்படுத்துவது பதிவு நவிற்சி எனலாம். கலை இலக்கியத்திலே ஊறித் திளைத்த சிலருக்கு இது ஒருவேளை அனுகூலமாக அமைதல் கூடும். ஆனால் விரிநுணுக்கக் கூறுகளைப் பற்றுக்கோடாகக் கொண்டு பயில்வோருக்கு இது பிரதிகூலமாக அமைவது மட்டுமன்றி, போலியான – வெளிப்பகட்டான – இரசனைக்கு ஏதுவாகவும் அமைந்துவிடும் என்பதை வற்புறுத்த வேண்டியதில்லை.

முந்திய அத்தியாயத்திலே ஆசிரியை ஒருவரைப் பற்றிக் குறிப்பிடுகையில், "பள்ளிக்கூடங்களிலே திறனாய்தல் கற்பித்தல் இயலாது" என்று அவர் கூறியதைப் பிரஸ்தாபித்தேன். சற்று முன்னர் அ.ச. ஞானசம்பந்தனைப் பற்றிக் குறிப்பிட்டபோது "ஒரு சிலருக்கே அப்பேறு வாய்க்கும்" என்று அவர் எழுதியுள்ளதை எடுத்துக் காட்டினேன். டி.கே.சி.யும் அத்தகைய எண்ணமுடையவராகவே இருந்தார்; செயற்பட்டார். *டி.கே.சி. வரலாறு* என்றும் நூலிலே (பக். 77) ல. சண்முகசுந்தரம் கூறியிருப்பது விஷயத்தைத் தீர்க்கமாக விளக்குகிறது:

> . . . ஆனால் முதலில் குறிப்பிட்ட முறை (கவியை அனுபவிக்கிறது) அபூர்வமானது. உண்மை ஞான, இதய பக்குவமும் கொண்ட அருளாளர்களுக்கு மட்டுமே சித்திக்கக்கூடியது. கவியின் ஆனந்த நிலைபெற்று அதை மற்றவர்களுக்கும் வாரி வழங்குவதென்றால் அது வெறும் புத்தகப்

படிப்பால் மட்டும் ஏற்படுவதல்ல. இறைவனுடைய திருவருளால், கலைமகளின் கடாட்சத்தால் ஏற்படக் கூடிய வரப்பிரசாதம்; அன்னை கலைமகளின் கடாட்சம் கிடைக்கவேண்டுமானால் எத்தனையோ பிறவிகளில் முயன்று முயன்று பெற்ற இதய பக்குவமும் பண்பாடும் நிரம்பி இருக்கவேண்டும்...

இலக்கியத்தை ஒருவர் திறனாயும் தகுதியும் உரிமையும் பெறுவதற்கு முன்னீடான வரையறையை வாழ்க்கை வரலாற்று ஆசிரியர் கூறுகிறார். இத்தகுதிச் சான்றுகளை வகுப்பறைகளில் நாம் பொதுவாக எதிர்பார்க்க இயலாதன்றோ! இலக்கியத் திறனாய்வு ஒரு கொடை என்ற கருத்தே பல ஆசிரியர் மனத்தில் உள்ளுறையாயிருக்கிறது. ஆனால் திறனாய்வு என்பது, குறிப்பாக ஆரம்ப நிலையில், விதிமுறைப் பயிற்சியும் உளப் பயிற்சியுமே என்பதை ஐயத்துக்கு இடமின்றி ஏற்றுக்கொண்டாலன்றி நாம் இத்துறையில் அதிக முன்னேற்றங் காண்பதரிது. இதுவே நான் வற்புறுத்த விரும்பும் அடிப்படையான கருத்தாகும்.

கவிதை வகைகள்

இவ்வளவும் கூறியதற்குக் காரணம், கவிதை என்ற அளவில் பொதுவான பண்புகள் இருக்கின்றனவாயினும் வெவ்வேறு வகையான செய்யுள்களுக்கு வெவ்வேறு தனிச் சிறப்பியல்புகள் உண்டு என்னும் அடிப்படை உண்மையை நினைவூட்டுவதற்கேயாம். இதனை நான் அளவுக்கு அதிகமாக அழுத்திக் கூற விரும்பவில்லை. புறநானூற்றுப் பாடல் ஒன்றையும் ஆண்டாள் பாசுரம் ஒன்றையும் ஏககாலத்தில் நினைத்துக் கொண்டால் நான் கூறுவது தெளிவாகிவிடும். மிக நுணுக்கமான பாகுபாடுகளைக் கடைப்பிடிக்காமல் பின்வரும் வகைகளைக் குறிப்பிடலாம்:

குழந்தைப் பாடல்கள்

நாட்டுப் பாடல்கள்

கதைப் பாடல்கள்

தனிப்பாடல்	–	பல்வகை
தனிப்பாடல்	–	தன்னுணர்ச்சிப் பாடல்கள்
தனிப்பாடல்	–	இசைப் பாடல்கள்
தனிப்பாடல்	–	புலமைச் செய்யுள்கள்
காவியம்		(பிரபந்தங்கள் உட்பட)

இப்பிரிவுகள் முடிந்த முடிபானவை அல்ல. எனினும் எமது ஆய்வுக்கு வசதியானவை. அது மட்டுமன்று. இப்பிரிவு களைச் சேர்ந்த செய்யுள்கள் *தமிழ் மலர்* தொகுதிகளில் காணப்படுகின்றன. இவ்வாறு பலவகைப்பட்ட பாடல்கள் பாடப் புத்தகங்களிற் சேர்க்கப்பட்டிருப்பது பொருத்தமானதே. ஆயினும், வகைவேறுபாடுகளை மனங்கொள்ளாமலே சுவைத்தல் பகுதிகள் எழுதப்பட்டுள்ளன. அதாவது, நான் மேலே கூறியவாறு வகைவேறுபாடுகளுக்கும் சிறப்பியல்புகளுக்கும் நெருங்கிய தொடர்புண்டு. அதனை ஆதாரமாகக் கொண்டே நாம் வெவ்வேறு வகையான கவிதைகளைச் சுவைக்கவும் திறனாயவும் பயிற்றுதல் வேண்டும். இவ்வகை வேறுபாடுகளைப் பொருட்படுத்தாததன் விளைவாகத்தான் டி.கே.சி. ஒரு குறிப்பிட்ட விதமானவற்றையே சிறந்த கவிதைகளாகக் கொள்ளும் நிலைமைக்கு ஆளாகினார்.

சொற்களின் பயன்பாட்டை நுணுக்கமாகத் தெளிந்து கொள்வதும், அவற்றின் உள்ளாற்றலையும் எல்லையையும் தெரிந்துகொள்வதும், இலக்கியப் பயிற்சியின் பயன்களில் ஒன்று என்பதைக் குறிப்பிட்டேன் அதனை இவ்விடத்தில் மீண்டும் நினைவுறுத்த விரும்புகின்றேன்.

மேலே வகுத்துக் காட்டியிருக்கும் கவிதை வகைகளிற் சொற்கள் வெவ்வேறு விதத்திற் கையாளப்படுவதையும் அமைந்து கிடக்குமாற்றையும் எமது ஆசிரியர்களிற் பெரும்பாலானோர் உன்னிப்பாய்க் கவனிப்பதில்லை. இப்பிரிவுகளைச் சார்ந்த கவிதைகளில் சொற்களின் தொழிற்பாடு *(function)* வேறுபடுவதால் அவற்றின் பண்பும் பயனும் வேறுபடும் என்பது கூறாமலே பெறப்படும். எனினும், நான் ஏலவே கூறியதுபோல் *தமிழ் மலர்* தொகுதிகளிலே கவிதையிற் காணப்படும் உணர்ச்சி வெளிப்பாடு உவமை, உருவகம் முதலிய அணிச் சிறப்பு என்பனவற்றைப் பற்றிய குறிப்புக்களும் வினாக்களுமே இடம்பெற்றுள்ளன. அதாவது, காவியப் பகுதியும் நாட்டுப்பாடலும் ஒரே மனப்பான்மையுடனே அணுகப்பட்டுள்ளன; ஆராயப்பட்டிருக்கின்றன.

அடிப்படைக் கோட்பாடுகள், அணுகு நெறிகள் ஆகியவற்றையே சிறப்பாகச் சர்ச்சை செய்யும் இப்பேச்சிலே ஒவ்வொரு வகையான கவிதையையும் எடுத்தாள இயலாது. இரண்டொரு உதாரணங்கள் கூறுவேன். அணி, செய்யுளுக்கு முக்கியமான பண்புக் கூறுதான். “உணர்வினில் வல்லோர் அணிபெறச் செய்வன செய்யுள்” என்பது நன்னூற் சூத்திரமாயிற்றே! சாதாரணமாக அணிகளுள் உவமை, உருவகம் ஆகிய இரண்டும் செய்யுட்குச் சிறப்பாகக் கருதப்படுவன. ஆயினும், மேலே காட்டிய பாடற் பிரிவுகள் அனைத்துக்கும் இவ்விரு அணிகளும் இன்றியமையாதன அல்ல. தொல்காப்பியர் உவமை ஒன்றையே

விவரித்தார் என்பது மனங்கொள்ளத் தக்கது. இடைக் காலத்திலே, குறிப்பாக நாயக்க மன்னர் காலத்திலே, இலக்கியக் கர்த்தாக்கள் பலர் அலங்காரத்தையே கவிதைக்குப் பிரதானமாய்க் கருதினர் என்பதும் சிந்தித்துப் பார்க்க வேண்டிய செய்தியாகும். வரலாற்று அடிப்படையிலே கவிதையை ஆராய்ந்தால் உவமை உருவக அணிகளும் ஏற்ற இறக்கங்களைக் கண்டிருத்தல் புலனாகும். இனி உதாரணத்திற்கு வருவோம்.

(எமது வசதிக்காக) தமிழ் மலர் ஐந்தாம், ஏழாம் தொகுதிகளி லுள்ள 'முயல் யானையை வென்றமை', 'பூவையும் முயலும் உயிரிழந்த கதை' ஆகியவற்றை எடுத்துக்காட்டாய்க் கொள்ளலாம். இவை மொழிபெயர்ப்புக்கள்; அதோடு எஸ். வையாபுரிப் பிள்ளை அவர்கள் கூறியிருப்பது போல இப்பாட்டுக்கள் (வீரமார்த்தாண்ட தேவர் மொழிபெயர்த்தவை) கதைகளைத் தமிழ்மக்கள் சுவைத்து உணரும்படி இயற்றப்பட்டனவல்ல. "உண்மையில் பஞ்சதந்திரத்தின் பெருமையையே இந்நூலாசிரியர் உணர்ந்ததாகச் சொல்ல முடியாது" (இலக்கிய விளக்கம், பக். 105). எனினும் கதைப் பாடற் பகுதிகள், மலரில் இடம் பெற்றிருப்பதைக் காட்டி நிற்கின்றன என அமைதி காண்போம். வேறு பழைய கதைப் பாடல்களையும் எண்ணிப் பாருங்கள். தமிழ் நாட்டிலே வழங்கும் ராமப்பய்யன் அம்மானை, தேசிங்குராஜன் கதை, கான்சாகிபு சண்டை, பாஞ்சாலங் குறிச்சிச் சண்டை, முத்துப்பட்டன் கதை, இரவிக்குட்டிப்பிள்ளை போர் என்பன கதைப் பாடல்களுக்குச் சிறந்த உதாரணங்களாம்.

இத்தகைய கதைப் பாடல்களிலே, வரலாற்றுக் கூறுகளைக் கருவாகக்கொண்ட வாய்மொழிப் பாடல்களிலே, உவமை உருவக அணிகள் ஏகதேசமாகவே காணப்படும். அடைகளாக நிலைத்துவிட்ட சாமானிய உருவகங்கள் வருமேயன்றி விரித்துப் பொருள் காணவேண்டிய அணிகள் வருவது அருமை. சொல்லலங்காரத்துக்குப் பதிலாக வேகமும் விறுவிறுப்பு மிக்க கதையோட்டமும், விடுப்பார்வமும், நெஞ்சிற் பதியும் வண்ணம் புலப்படும் நீதியுமே இக்கதைப் பாடல்களின் பிரதான அம்சங்களாகும். வித்துவத்தன்மை இவற்றின் சிறப்பியல்பு அன்று. மாறாக, எளிமையும் நிகழ்ச்சிகளின் வரிசை முறையும் சேர்ந்து தூண்டும் உள்ளக் கிளர்ச்சியே முக்கியமாகும். இரவிக்குட்டிப் பிள்ளை போர் வில்லுப்பாட்டிலிருந்து சில வரிகளைப் பார்ப்போம்.

வெட்டினா ரிரவிக்குட்டிப் பிள்ளையைக் குதிரைக்காரர்
மெய்தனில் விழுகிறவாள் அய்யய்யோ எனவிலகா
கட்ட காலமோ எனக்கு எந்தனுடை வாளினாலே
காளிபத்திர காளியம்மை கைவிட்டென்னைத் தள்ளினாளோ

வெட்டினார் இரவிக் குட்டிப் பிள்ளையைக் குதிரைக்காரர்
விதியோ சிவனே என்று சிவலோகம் சேருவராம்
இட்டத்துடன் தெய்வகன்னி மார்கள்வந்து மாலையிட்டு
இந்திரவன்னத் தேரிலேற்றிக் கொண்டுபோற நேரத்திலே.

'மக்களுடைய மனத்தைக் கவர்ந்துவிட்ட ஒரு நிகழ்ச்சியை' நேரடியாக – அதிக அலங்காரமின்றி – பேச்சு வழக்கையொட்டிய மொழியிற் பாடுவன கதைப் பாடல்கள். "பொதுஜனங்கள் விரும்பிக் கற்றுப் பாடுவதனால் இது மிகவும் பிரபலமாகிறது" (இலக்கிய விளக்கம், பக். 15). கவிஞனின் சாதுரியத்துக்கும் சமத்காரத்துக்கும் தேவை இல்லை.

ஆனால், காப்பியங்களில் அணிகளும் வருணனைகளும் தேவை பற்றிச் சிறப்பிடம் பெறுவன; அவற்றுக்கு இலக்கணமும் மரபு விதிகளும் உண்டு. காப்பிய அமைதி என்று கற்றோர் கூறுவர். காப்பியங்களிலே அணிவகைகள் உச்சநிலையை எய்துகின்றன. இவை கதையோட்டத்தை ஊறுபடுத்துவதும் உண்டு. ஆகவே கதைப் பாடல்களுக்கும் இவற்றுக்கும் பண்பிலே வேறுபாடுகள் பல உள்ளன. இவற்றிற்கு அமையவே சொற்களின் பிரயோகமும் தொழிற்பாடும் இருக்கின்றன. நாட்டுப்பாடல் மிகப் புராதனமான – அலங்காரச் சிக்கனமுடைய – "தூய" பாடல்வகை எனக் கூறினால் காப்பியம் அதற்கு நேரெதிரான செயற்கை நலன் நிறைந்த "மெருகூட்டப்பெற்ற" இலக்கிய வடிவம் என்று கூறலாம். எனவே இரண்டையும் ஒரே அளவுகோலால் மதிப்பிடவியலாது. காப்பியத்தின் ஊடே ஆங்காங்கு உணர்ச்சிச் செறிவான செய்யுள்கள் வரக்கூடுமாயினும் பொதுவாகக் காப்பியச் செய்யுள்கள் உணர்ச்சிப் பிழம்புகளாக இருக்கும் எனக் கருதுதல் ஏற்புடையதன்று. அவ்வாறு கருதியதன் விளைவாகவே டி.கே.சி. கம்பராமாயணத்தில் பல்லாயிரக் கணக்கான பாடல்களை இடைச் செருகல்களாக, மனப்போக்கான முறையில் நீக்கி விட்டார். காப்பியச் செய்யுள்களைத் தனிநிலைச் செய்யுள்களுடன் குறிப்பாகத் தன்னுணர்ச்சிப் பாடல்களுடன் சேர்த்துக் குழம்பினார். அதாவது கவிதை வகைகளுக்கிடையேயுள்ள வேறுபாடுகளைக் கவனிக்கவில்லை அவர்.

காப்பியத்தை அணுகும் முறை பொதுவாக எமது இலக்கியப் பாடல்களில் திருப்தியளிக்கும் வகையில் அமையவில்லை என்றே கூறவேண்டும். உதாரணமாக, கம்பராமாயணத்தையே எடுத்துக் கொள்வோம். பாடத்திட்டத் தேவைகளுக்கிணங்கக் குறிப்பிட்ட தொகைப் பாடல்களே நூலில் இடம்பெற முடியும். அவையும் தேர்ந்தெடுத்தனவாக இருப்பது இயல்பே. அச்செய்யுள்களைப் படிப்பிக்கும்பொழுது, தனித்த ஒரு பகுதியாக அவற்றைப் பாவித்துத் திறனாயும் அதே வேளையில், அவை பேரளவினதாகிய

முழுமைப் படைப்பொன்றின் பகுதியைச் சேர்ந்தன என்பதும், முழுமைக்கும் பகுதிக்கும் அமைப்பியல் சார்ந்த உள்ளார்ந்த பிணைப்பு உண்டு என்பதும், உறுப்பாக்கவியல் நோக்கிலே அதனை ஆராய வேண்டும் என்பதும், பகுதியிலிருந்து முழுமையை இயன்றளவு ஊகித்து உய்த்துணருதல் இன்றியமையாதது என்பதும் மாணாக்கருக்கு அறிவுறுத்தப் படவேண்டியன. அப்பொழுதுதான் அக்கவிதைகளைப் படிப்பதனால் மாணாக்கருக்கு முழு உளக்காட்சி ஓரளவாகிலும் உண்டாகும். ஆசிரியர்கள் இது விஷயத்தில் வ.வே.சு. ஐயர் எழுதியிருக்கும் *கம்பராமாயண ரசனை* என்ற நூலைப் படித்தல் பெரும் பயன் தருவதாகும். காப்பிய அமைப்பைப் பற்றி பண்டுதொட்டு எம்மவர்கள் விரிவாக ஆராயவில்லை என்பதைச் சுட்டிக்காட்டிய அவர், 'ரசனைச் சுவை' என்ற பகுதியிலே பின்வருமாறு கூறியுள்ளார்: "நம்மவர் காட்டிலுள்ள மரங்களைத் தனித்தனியே கவனித்துக் கொண்டுவந்து அரணியத்தை மறந்துவிட்டார்கள்; மேனாட்டவர் மரங்களைக் கவனித்ததோடுகூட அரணியத்தைப் பற்றியும் விசேஷமான ஆராய்ச்சிகள் செய்துள்ளார்கள்". எமது இலக்கியத் திறனாய்வு மரபிற் காணப்படும் இக்குறைபாட்டை மனங்கொண்டு, காப்பியம் என்ற இலக்கிய வடிவத்தைத் தக்க முறையில் மாணாக்கருக்கு நாம் விளக்கவேண்டும்.

கதைப்போக்கின் நடுவே வரும் இரண்டொரு செய்யுள்களை எடுத்து வைத்துக்கொண்டு கம்பராமாயணச் செய்யுள்களைத் தனிப்பாடல்களைப் போலப் பாவித்துப் படிப்பிப்பதோ சுவைக்கச் செய்வதோ பொருத்தமற்ற முயற்சியாகும். இது இறுதியில் இலக்கியக் கல்விக்கு ஊறுவிளைவிப்பதுமாகும். இதனை நான் இத்துணை வற்புறுத்துவதற்குக் காரணம், மிகப் பரவலாய்க் காணப்படும் குறைபாடு என்பதனாலேயாம். ஓர் உதாரணம் பார்ப்போம். காப்பியங்களிலே சூரியோதய வருணனை விதி பற்றியும் மரபு பற்றியும் பல சமயங்களில் வரும். நவீன தமிழிலக்கியத்திலே (மேனாட்டுப் புலவர்களது இயற்கைப் பாடல்களின் செல்வாக்கினால்) சூரியோதயத்தைப் பலர் பாடியிருக்கின்றனர். (இவற்றிற் சிலவற்றை அனுபந்தத்திற் காணலாம்.) ஆனால் காப்பியத்தில் வரும் சூரியோதயப் பாடல்களுக்கும் தற்காலத்துச் சூரியோதயப் பாடல்களுக்கும் எத்தனையோ வேறுபாடுகளுண்டு.

குகப் படலத்திலே இலக்குவனோடு குகனும் பரிவாரங்களுடன் இரவு முழுவதும் இராமனைக் காத்து நிற்கையில் சூரியன் உதிக்கிறான். மக்கள் இறப்பையும் பிறப்பையும் போல முன்னாள் மறைந்த சூரியன் பின்னாள் உதிக்கிறான் என்று உவமை கூறிவிட்டுக் கம்பன் கதையைத் தொடர்கிறான். செஞ்சுடர்ச்

செல்வனை நோக்கித் தாமரை மலரவும், அஞ்சன ஞாயிறு அன்ன அண்ணலை நோக்கிச் சீதையின் தாமரை முகம் மலர்ந்தது என்று சூரியோதயத்துடன் பாத்திரங்களைத் தொடர்புபடுத்திக் கொண்டு காப்பியத்தை நடாத்துகிறான். இச்சந்தர்ப்பத்திலே சூரியோதய வருணனை முக்கியமற்ற இடை நிகழ்வான ஒன்றாக அமைந்துள்ளது. இதனோடு பாரதிதாசன் பாடியுள்ள 'உதய சூரியன்' என்னும் தனிநிலைப் பாடலை ஒப்பு நோக்குங்கள். பாரதிதாசன் பாடலில் உதயசூரியனே பாடற்பொருளாய் அமைந்திருக்கிறது; அது கவிஞன் உணர்வினில் உண்டாக்கிய படிமங்களே கவிதை. ஆக, இரு சூரியோதய வருணனைகளுக்கும் பண்பில் வேறுபாடுண்டு. அவ்வேறுபாட்டுக்குரிய காரணத்தை மாணாக்கர் அறியக்கூடியதாயிருத்தல் வேண்டும்.

இன்னும் ஓர் உதாரணத்தை மட்டும் கூறி அப்பாற் போவோம். நாட்டுப் பாடலை எடுத்துக்கொள்வோம். காப்பியத்தை மதிப்பிடும் அளவுகோலால் நாட்டுப் பாடலை மதிப்பிட முடியுமோ? முடியாது. இரண்டும் கவிதைதாம்; இலக்கியப் பிரிவுகள்தாம். எனினும் பெரும்பாலான ஆசிரியர் நாட்டுப் பாடலைப் 'பாமரர் இலக்கியம்' என்றே கருதி ஒதுக்குவர். இதற்குக் காரணம் சொற்களின் பயன்பாட்டைப் பற்றிய திரிந்த எண்ணப்போக்காகும். மொழி வழக்கைப் பற்றி விவரிக்கையில் எழுத்தில் அமைந்ததே மொழி என்றும், ஏட்டு வழக்கே இலக்கியம் சமைப்பதற்கு உரியது என்றும் உறுதியாக நம்பும் கொள்கை எம்மவரிடையே அதிகாரபூர்வமாக நிலைநாட்டப் பட்டிருந்ததைக் குறிப்பிட்டேன். மொழியின் முழுமையான பண்பை அறிவதற்கு மாணாக்கர் பேச்சு மொழியை இலக்கியத்துடன் தொடர்புபடுத்திக் கற்பது இன்றியமையாதது என்றும் கூறினேன். இதற்கு நாட்டுப் பாடல்களினும் சிறந்த ஆதாரம் இல்லையல்லவா? நாட்டுப் பாடல்களின் தனிச் சிறப்பியல்புகளில் ஒன்று, பேச்சு வழக்கு இயற்கையான வடிவத்தில் இடம்பெறுவதாகும். இதுவே அவற்றைச் சிலர் 'சேரி மொழி' என்றும் 'பாமரர் பாடல்' என்றும் புறக்கணிக்க ஏதுவாயிற்று. அலங்காரங்களின்றியே ஆற்றலுடன் மொழியைப் பயன்படுத்தலாம் என்பதை மாணாக்கருக்கு நாட்டுப் பாடல்களைக் கொண்டு நன்றாக விளங்கப்படுத்தலாம். அவ்வாறு செய்வது இலக்கியத்தைப் பற்றிப் புதுக் கண்ணோட்டத்தை உறுதிப்படுத்துவதுமாகும். இதனைத் தனியே இலக்கியப் பிரச்சினையாக மாத்திரம் கருதுதல் கூடாது. சமூகவியற் பிரச்சினையாகவும் நோக்கவேண்டும்.

இவ்விடத்திலே ஒன்று கூற விரும்புகிறேன். தமிழ்நாட்டிலும் ஈழத்திலும் நாட்டுப் பாடல்களைச் சேகரிப்பதிலும் அவற்றை வெளியிடுவதிலும் பேரார்வம் கொண்டுழைக்கும் சிலர்,

அவற்றின் மீதுள்ள அளவுகடந்த அபிமானத்தினால் அவற்றை ஏனைய வகைப் பாடல்களுடன் ஒப்பிட்டு ஒற்றுமைகள் தேடிக் காட்டுவதற்குப் பெரும் பாடுபடுவர். செயற்கை நலன் வாய்ந்த திருந்திய இலக்கிய வழக்குப் பாடல்களுடன் இவற்றைப் ஒப்பிடுவதனால் நாட்டுப் பாடல்களுக்குப் பெருமைதேடுவதாக இவர்கள் எண்ணுகின்றனர். இதன் தருக்கரீதியான விளைவாகவே நாட்டுப் பாடல்களில் தேவைபற்றி வழங்கும் சில சொற்களை 'இடக்கர்' எனக் கருதித் தகுதி வழக்குகளாக மாற்றிவிடுகின்றனர். (ஏட்டு வழக்குப் பாடல்களிலேயே 'இலக்கியச் சுவை' குறித்துத் தன் மனப்போக்கு இயைய எத்தனையோ சொற்களை மாற்றினார் டி.கே.சி.) இம்முயற்சிகளெல்லாம் கவிதை வகைகளுக்கிடையே உள்ள வேறுபாடுகளைச் சரிவர உணராமையினால் உண்டாகும் மலைப்பினதும் மயக்கத்தினதும் அறிகுறிகள் எனலாம். புலனெறி வழக்கை அனுசரித்து எழுந்த செய்யுட் பாடங்களைச் சில வேளைகளில் நாம் திருத்துவதுண்டு. பாடாந்தர ஆராய்ச்சியின் பயனாகப் பதிப்பாசிரியர்கள் மிகுந்த பொறுப்புணர்ச்சியுடன் அத்திருத்தங்களைச் செய்வர். ஆனால் 'சுவை', 'தகுதி', 'நயம்' என்பவற்றை முன்னிட்டு அகநிலைப் போக்கில் பாடத்திருத்தங்கள் செய்வது பாராட்டக்கூடிய முயற்சியன்று. நாட்டுப் பாடலின் தரத்தையும் மதிப்பையும் உயர்த்துவதற்காகச் சிலர் செய்யும் திருத்தங்கள் அப்பாடல்களின் பண்பையும் பணியையும் சரிவர உணராமையால் இழைக்கும் தவறுகள் என்றே கூற வேண்டும். *தமிழ் மலர்* ஐந்தாம் தொகுதியிலுள்ள 'சின்னச் சின்ன வண்டி', ஆறாம் தொகுதியிலுள்ள 'குழந்தைப் பாடல்கள்' ஆகியன தக்க முறையில் கற்பிக்கப்பட்டால் சுவைத்தற் பயிற்சி விரிவடையும். இலக்கியப் பாட நூல்களை ஆக்குவோ இன்னுங் கூடுதலான நாட்டுப் பாடல்களை உள்ளடக்குவது நல்லது.

இவ்விடத்தில் இன்னொன்றையும் குறிப்பிட்டுச் சொல்லலாம் என நினைக்கிறேன். பாட்டைச் சுவைக்கும் பழக்கத்தைக் குழந்தைப் பருவத்திலிருந்தே மாணவர் பெற்றுக்கொள்ள வாய்ப்பு உண்டு. குழந்தைகட்காக வழங்கிவரும் பாடல்கள் தாளவறுதியும் ஓசை நயமும் கொண்டு அவர்கள் கைகொட்டி இரசிக்கும் வண்ணம் அமைந்துள்ளன. இவை பெரும்பாலும் குழந்தைகளின் விளையாட்டுகளுடன் சம்பந்தப்பட்டனவாயுள்ளன.

கண்ணாரே கடையாரே
காக்கணமாம் பூச்சியாரே
ஈயாரே எறும்பாரே
ஈயத்தட்டி குஞ்செல்லாம்
பிடிச்சுக்கொண்டு ஓடிவா.

நமது ஊர்ப்புறங்களில் சிறு பிள்ளைகள் கண்ணாமூச்சி விளையாடிக்கொண்டே பாடும் பாடல் இது.

> கொக்குப் பறக்குது கொக்குப் பறக்குது
> கோயிலின் வாசலிலே
> எட்டுச் சலங்கையும் கட்டிப் பறக்குது
> எங்கட வாசலிலே.

இப்பாடல் விளையாட்டுடனும் சம்பந்தப்பட்டதல்ல. பார்க்கும் போது எதுவித பிரயோசனமுமற்றதாக, கவனத்தை ஈர்க்கும் தகுதியற்றதாக இது காணப்படலாம். ஆனால், சொற்கள் அமைந்த முறையும் அதனால் பாட்டில் எழும் ஒழுங்கான ஒலியும் கவிதையின் உள்ளார்ந்த இயல்புகளை முயற்சி எதுவுமின்றியே குழந்தைகளைச் சுவைக்கச் செய்யும் சக்திகொண்டனவாய் அமைந்துள்ளன. இத்தகைய பாடல்களில் பொருட் சிறப்பிலும் பார்க்க உருவ அமைதியும் ஒலி நயங்களுமே முக்கியம் பெறுகின்றன. நாட்டுப் பாடல்களைச் சேகரித்து வெளியிடும் எம்மவர்கள் இத்தகைய பாடல்களை வேண்டிய அளவு கவனித்ததாகத் தெரியவில்லை. நகர நாகரிகம், ஆங்கிலக் கல்வி என்பனவற்றின் விளைவாகத் தமிழ் மொழியில் உள்ள பல பாடல்கள் தற்போது கவனிப்பாரற்று மறைந்து வருகின்றன. சிறு வயதிலிருந்து பெறும் இத்தகைய தாய்மொழிப் பாட்டின் இன்பத்தை மாணவரும் இழந்து வருகின்றனர். தாய்மொழிக் கல்விக்கு முதன்மை கொடுக்கும் திட்டத்தில் இத்தகைய பாடல்களைச் சிறுவர்களின் பாடப் புத்தகத்தில் சேர்ப்பது அவசியமாகும். சிறுவயதிலிருந்து பாட்டைச் சுவைக்கும் பழக்கத்தை இயல்பாகவே ஏற்படுத்தும் இம்முயற்சி தாய்மொழிக் கல்விக்கும் அத்திவாரமாக அமையக்கூடியது.

நாட்டுப் பாடல்களைப் பற்றி எழுதிய பின்னர் அவற்றுக்கு மாறுபட்ட தன்மையுடைய கவிதை வகை ஒன்றைக் குறிப்பிடுவது தவிர்க்க இயலாததாகிறது. நாட்டுப் பாடலின் தனிப் பண்புகளில் ஒன்று அதனை இயற்றியவர் பெயர் அறியப்படாமையாகும். பழமொழிகள், விடுகதைகள் போல நாட்டுப் பாடல்களும் பலரது வாய்ப்பிறப்பாக நாட்டிலே – குறிப்பாகக் கிராமங்களிலே – வழங்கிவருவன. அவற்றைப் பாடுவோரும் கேட்போரும் உணர்ச்சி வசப்படுவதுண்டு. ஆனால், தனிப்பட்ட ஒரு கவிஞனது சிந்தனையையோ, மனோதர்மத்தையோ உணர்ச்சி வெளிப் பாட்டையோ அவற்றிற் காணவியலாது. ஆகையாலேயே அவற்றைச் சமுதாயப் பாடல் – communal songs – என்பர். உதாரண மாக, கட்டபொம்மனைப் பற்றி வழங்கும் நாடோடிப் பாடல்கள் தனிப்பட்ட ஒரு கவிஞரின் நோக்கங்களையும் உணர்ச்சி நிலை களையும் எமக்குக் காட்டவில்லை. அவ்வீரனது சாதனைகளை மக்கள் எவ்வாறு மதித்துப் போற்றியிருக்கிறார்கள் என்பதையே அக்காலத்திலும் அதற்குப் பின்னரும் இருந்த மக்களது கூட்டு நோக்கினையே நாம் அப்பாடல்களிற் காண்கிறோம். சுருங்கக்

கூறின், தனிப்பட்ட ஒருவர் தனது சொந்தக் கருத்துக்களைத் தெரிவிக்கும் பாங்கு *(personal element)* நாட்டுப் பாடலுக்குப் புறம்பானதாகும்.

ஆனால், தன்னுணர்ச்சிப் பாடல் இதற்கு நேர்மாறாகத் தனியொருவருக்குரிய ஆக்கக் கூறுகளின் திரண்ட வடிவம் எனலாம். கவிஞனது ஆளுமை *(personality)* அதிற் சிறப்பிடம் பெறகிறது. உதாரணமாகப் பன்னூற்றுக் கணக்கான அடிகளைப் பாடியுள்ள சிலப்பதிகார ஆசிரியரது தனிப்பட்ட விருப்பு வெறுப்புக்கள் எமக்குத் தெரியாது. ஆனால் பாரதி, பாரதிதாசன் முதலிய தன்னுணர்ச்சிப் புலவர்களது உள்ளத்தை நாம் குறிப்பிடத் தக்களவு அறிவோம். சிலப்பதிகாரம் நாட்டுப் பாடல் அன்று; ஆயினும் இயற்றியோனைக் குறிக்காத பொதுமுறையான இலக்கியப் படைப்பு ஆகும். அந்த விதத்தில் நாட்டுப் பாடலுக்கும் காப்பியத்துக்கும் ஒற்றுமையுண்டு.

ஒருதாரணம் பார்ப்போம். இராமாயணத்திலே இராவணன் மிக முக்கியமான பாத்திரம். கம்பன் எத்தனையோ செய்யுள்களில் இராவணனைப் பாடுகின்றான்; குணத்தையும் குறையையும், மாட்சியையும் வளர்ச்சியையும் ஏற்ற இடங்களில் அமைத்துக் காப்பியத்தை நடத்திச் செல்கிறான். அத்தனையையும் படித்தபின் இராவணனைப் பற்றிக் கம்பனது சொந்தக் கருத்து எவ்வாறிருந்தது என எம்மால் கூறவியலாதுள்ளது. காப்பியத்திலே சொந்தக் கருத்துக்களை வெளிப்படையாகக் கூறும் வழக்கம் இல்லை. ஆனால், 'வீரத்தமிழன்' என்ற கவிதையிலே பாரதிதாசன், இராவணனை எவ்வாறு உள்ளத்தில் கொண்டு மதிப்பிடுகிறார் என்பது வெளிப்படையாகவே கூறப்படுகிறது. முன்னது பொதுமுறைக் கவிதை; பின்னது தனிப்பட்டவருக்குரிய கவிதை. இரண்டும் பிறர் படிப்பதற்கென்று இயற்றப்பட்டவையே. ஆனால், இரண்டிலும் புலவனது ஆளுமையின் பங்கு ஒரே தன்மையானதாய் இல்லை. முன்னதிலே கவிஞன் தன்னைப் பெருமளவு மறைத்துக்கொண்டு அனைவருக்கும் ஏற்புடைத்தான பொருளைச் சிறப்பாகக் கூற முயல்கிறான். பின்னதிலே, கவிஞன் தன்முனைப்புடன் பிறர் கருத்தைப் பற்றிய அக்கறையின்றிப் பொருளைத் தன்னுணர்ச்சி பற்றிக் கூற முற்படுகின்றான். ஆகவே, நோக்கிலும் போக்கிலும் இரண்டு வகைக் கவிதைக்கும் வேறுபாடுகள் உண்டல்லவா? இவற்றைக் கற்பிக்கும்போது இவ்வேறுபாடுகளை நாம் மனங்கொள்ள வேண்டுமன்றோ?

மேலே நான் கூறியவை கவிஞனது உளவியல் சம்பந்தமானவை மட்டுமல்ல. நடை *(style)* ஆளுமையின் பிரதிபலிப்பு என்று கூறுவார்கள். அவ்வாறாயின் நடையும் கவிதை வகைக்கு வகை

வேறுபடுவது இயல்பாகிறது. தனிப்பண்பின் அடிப்படையிலேயே 'பாணி' அல்லது 'நடை' எழுகிறது என்பர். ஆனால் வரலாற்று ரீதியாகப் பார்க்குமிடத்து எல்லாக் காலத்து இலக்கியங்களுக்கும் இது பொருந்துவதாயில்லை. இலக்கியங் கற்பிக்கும் ஆசிரியர்கள் இத்தகைய வேறுபாடுகளை தெளிந்திருத்தல் அவசியம். உதாரணமாகச் சங்கச் சான்றோர் செய்யுள்களிலே நடை வேறுபாடுகள் இல்லையென்றே கூறிவிடலாம் அச்செய்யுள்களுக்குப் பொதுவான மொழி நடை ஒன்றுள்ளது. அதனைப் பயன்படுத்தும் வகையில் புலவர்களுக்கிடையிலே ஏற்றத்தாழ்வு காணலாமே அன்றி, அவர்களது செய்யுள்களில் தனிப்பட்ட நடைச்சிறப்பைக் காண முற்படுவது பொருத்தமற்ற செயலாகும். ஆகவே, சங்கப் பாடல்களை எடுத்து வைத்துக்கொண்டு அவற்றுக்கு வியாக்கியானஞ் செய்யும் ஒருவர் மாமூலனார் இவ்வாறு கருதினார் என்றோ, மாங்குடி மருதனாரின் உள்ளக்கிடக்கை இதுவாகும் என்றோ விவரிப்பது அர்த்தமற்றதாகும்.

தனிமனித வாதம் செல்வாக்குப் பெற்று விளங்கும் எமது காலப் பகுதியில் ஒரு கவிஞன் மற்றொரு கவிஞனிலிருந்து வேறுபடுவதையே சிறப்பாகக் கருதுகிறான். ஆனால் வாய்மொழிப் பாடல்கள் உருப்பெற்ற சான்றோர் காலப் பகுதியில் பொதுப் பண்புகளைச் சரிவரப் பெற்றிருத்தலே இசைவானதாகக் கொள்ளப் பட்டது. அப்பண்புகளின் மூலமாகவே அவன் இனங்கண்டு கொள்ளப்பட்டான். கூட்டு வாழ்க்கையின் எதிரொலியை அதிலே நாம் கேட்கிறோம். ஆகவே வாய்மொழி இலக்கியத்தைப் பொறுத்தவரையில் "தனிமனித ஆளுமையே நடை" என்ற கூற்று ஒவ்வாதது.

இலக்கிய வகைகளைப் பற்றி – சிறப்பாகக் கவிதை வகைகளைப் பற்றி – மேலே குறிப்பிட்டேன். இவற்றுக்கும் இலக்கியக் கொள்கைக்குமுள்ள தொடர்பு குறித்துச் சில வார்த்தைகள் கூறவேண்டும். ஏனெனில், இலக்கியம் தோன்றிய கால முதற்கொண்டு இலக்கியக் கொள்கைகளும் இருந்து வருகின்றன. அரசு என்ற நிறுவனம் எழுந்த காலமுதல் அரசு பற்றிய கொள்கைகள் நிலவிவருவதை எண்ணிக்கொண்டால், செய்கைக்கும் கொள்கைக்கும் உள்ள நெருங்கிய பிணைப்பு எளிதிற் புலனாகும். மனிதனது செயல், ஒழுகலாறு என்பன பற்றிய கூற்றுக்களிற் பெரும்பாலானவற்றுக்குக் கொள்கை அடிப்படைகள் இருக்கின்றன. சில வேலைகளில் அக்கொள்கைகள் வெளிப்படை யாய்த் தோன்றா. எனினும் கூர்ந்து கவனித்தால் அவற்றின் செல்வாக்குப் புலப்படும். நாமெல்லோருக்கும் நன்கு தெரிந்த குறட்பா ஒன்றைப் பார்ப்போம்.

கற்றதனால் ஆயபய னென்கொல் வாலறிவன்
நற்றாள் தொழாஅர் எனின்.

இங்கே கல்விக்குப் பயன் இறைவனை வழிபட்டு நற்கதி அடைதலே என்று கூறப்படுகிறது. அதாவது கல்விக்கு ஒரு நோக்கம் உண்டென்று கூறப்படுகிறது. அதைப் போலவே ஆறுமுக நாவலர் எழுதிய *பாலபாடம்* - இரண்டாம் புத்தகத்தின் முதல் வாக்கியம் முத்தியின்பத்தை இறுதிக் காரணமாகக் கூறுகிறது: "இந்தச் சரீரம் நமக்குக் கிடைத்தது, நாம் கடவுளை வணங்கி முத்தியின்பம் பெறும் பொருட்டேயாம்." வள்ளுவரும் நாவலரும் முறையே கல்விக்கும் மனித வாழ்க்கைக்கும் நோக்கம் கடவுளை வணங்குதலே என்று கூறுவது ஒரு கொள்கைபற்றியே என்பது தெளிவு. மெய்யியலாளர் இக்கொள்கையை (Teleology) நோக்குக் கொள்கை என்பர். கல்விக்குப் பயன் கூறப்படும்பொழுது உட்கிடையாக அதன் பண்பும் குறிப்பால் உணர்த்தப்படுகிறது.

இதுபோலவே இலக்கிய ஆக்கம், அதன் பண்பு பயன் ஆகியன குறித்தும் வெவ்வேறு காலங்களில் வேறுபட்ட கொள்கைகள் நிலவிவந்திருக்கின்றன. மேலே நான் குறிப்பிட்ட கவிதை வகைகளுக்கும் இத்தகைய கொள்கைகளுக்கும் தொடர்பு இருப்பதை இலக்கியம் கற்பிக்கும் ஆசிரியர்கள் தெரிந்திருத்தல் பயனுடைத்து. இலக்கியக் கொள்கை அறிவியல் சார்ந்த ஒரு துறையாகச் சுய உணர்வுடன் பயிலப்பட்டும் ஆராயப்பட்டும் வரத்தொடங்கியது சமீபகாலமாகத்தான். மேலைநாடுகளிலே கடந்த இரு நூற்றாண்டுகளாக இயற்கை விஞ்ஞான ஆய்வுகளின் தாக்கம் பல்வேறு கலைத்துறைகளுக்கும் பரவியதன் விளைவாக இலக்கியக் கொள்கைகள் தெளிந்த வடிவம் பெற்றன எனலாம். இலக்கியக் கொள்கை என்றால் என்ன? இலக்கியத்தைப் படைப்போன், பயன்படுத்துவோர் ஆகிய இரு சாராருக்கும் படைக்கும் செயற்பாங்கு (creative process) படைக்கப்பட்ட பொருள் என்பன குறித்துப் பொதுவாக விளங்கும் கருத்துக்கூறுகளே இலக்கியக் கொள்கையாகும். இக்கருத்துக்கூறுகள் பற்றிய விளக்கம் எப்பொழுதும் இரு சாராருக்கும் சம அளவினதாய் இருக்கும் என்பதற்கில்லை. ஒரு சாராரின் ஏற்புடைமை அதிகம் வேறுபடுமாகில் இலக்கியக் கொள்கையில் மாற்றம் ஏற்படு கிறது எனலாம். எனினும் பொதுவாகக் கூறுமிடத்து இரு சாராருக்கும் பொதுவாக அமையும் இலக்கியக்கொள்கையே குறிப்பிட்ட ஒரு காலப்பகுதியில் குறிப்பிட்ட வகை இலக்கியம் குறிப்பிட்ட தன்மைகளுடன் தோற்றுவதற்கு ஏதுவாயுள்ளது. இன்னுமொன்று, ஒரு காலத்திலேயே ஒன்றுக்கு மேற்பட்ட இலக்கியக் கொள்கைகளும் நிலவக்கூடுமாயினும் பெரும்பாலும் ஒரு கொள்கையே மேலோங்கி நிற்கக் காணலாம். இக்கொள்கைகள்

ஒவ்வொரு காலத்திலுள்ள – பொருளாதார – சமூக – அரசியற் சூழ்நிலைகளால் பெருமளவில் உருவாக்கப்படுகின்றன என்பதும் மனங்கொள்ள வேண்டியதாகும்.

இலக்கியத்தின் தோற்றம், இயல்பு, பண்பு, பயன் ஆகியன பற்றிக் கருத்து விளக்க வடிவத்தில் அமைந்ததே இலக்கியக் கொள்கை என்றேன். ஆயினும் இலக்கியக் கொள்கைகள் அனைத்திலும் இவை அனைத்தும் தனித்தனியாகக் கூறப்படுவ தில்லை. பெரும்பாலான கொள்கைகளில் இவற்றில் ஒன்று பற்றியே அழுத்தமாகவும் விரிவாகவும் கூறப்படும். ஏனையவை உய்த்துணரப்படும். உலக இலக்கிய வரலாற்றின் அடிப்படையில் பார்க்குமிடத்துப் பின்வரும் கொள்கைகள் குறிப்பிடத்தக்கனவாய்க் காணப்படுகின்றன.

(1) தெய்வீக சக்தியால் அதாவது தெய்வ அனுக்கிரகத்தால் இலக்கியம் தோற்றுவிக்கப்படுகின்றது.

(2) இலக்கியம் படைப்போர் கருவிலே திருவுடையோர்; அதாவது பிறவி மேதைகள்.

(3) இலக்கிய ஆக்கம் பயிற்சியால் கைவருவது. 'சித்திரமும் கைப்பழக்கம், செந்தமிழும் நாப்பழக்கம்' என்னும் முதுமொழி இக்கொள்கையின் வெளிப்பாடு எனலாம்.

(4) இலக்கியத்தின் நோக்கம் மனிதனுக்கு அறிவுறுத்துதலே. 'அறம், பொருள், இன்பம், வீடு அடைதல் நூற்பயனே' என்னும் சூத்திரம் இக்கொள்கைக்கு எடுத்துக்காட்டு எனலாம்.

(5) அழகைக் கண்டனுபவிப்பதுவும் அதனை உணர்ந்து பிறருக்கு உணர்த்துவதுமே இலக்கியத்தின் பண்பு. இதனை முருகியற் கொள்கை என்பர்.

(6) பல்வேறு உறுப்புக்கள் ஒன்றற்கொன்று பொருந்தி இசைவுபெற இருப்பதே கவிதை. உதாரணமாகத் தொல்காப்பியர் செய்யுளியல் முதற் சூத்திரத்தில் முப்பத்துநான்கு உறுப்புக்களைச் செய்யுளுக்கு உரியனவாய்க் கூறினார். இவை கலவையுறுப்புப் போலத் தம்மளவில் நிறைவுடையவாய் அமைந்தவை. இக்கொள்கையை உறுப்பாக்கவியற் கொள்கை அல்லது அவயவிக் கொள்கை (Organic Theory) என்பர்.

இக்கொள்கைகளை நோக்கிய அளவிலேயே அவை ஒவ்வொன்றும் சிறப்பித்துக் கூறும் அம்சம் தெள்ளிதிற்

புலனாகிறதல்லவா? இவற்றையே வேறுவிதமாகக் கூறுவாரும் உளர். இத்தகைய கொள்கைகளின் செல்வாக்கினால் ஒவ்வொரு காலப்பகுதியில் எழுகின்ற இலக்கியங்களின் தன்மைகளைத் தொகுத்தே இலக்கிய வரலாற்றாசிரியர்கள் ஒவ்வொரு காலத்துக்குரிய இலக்கியப் பண்புகளை விவரிக்கின்றனர். ஆகவே, தனிப்பட்ட ஓர் இலக்கிய ஆக்கத்தை ஆயும்பொழுதும், அல்லது அதனை வரலாற்றடிப்படையில் விளக்கும்பொழுதும் இலக்கியக் கொள்கை தோன்றாத்துணையாய் நிற்கிறது எனலாம். இலக்கியக் கொள்கை என்ற விஷயத்தைப் பிரஸ்தாபித்து இலக்கியங் கற்பிக்கும் ஆசிரியருக்கு அதுபற்றிய எண்ணம் இருப்பது அவசியம் என்பதைக் கூற இயலுமே தவிர, இலக்கியக் கொள்கைகளை விவரித்து விளக்குவது இவ்விடத்தில் இயலாத காரியம். ஆயினும் பெயரளவிலாகிலும் விஷயத்தை வகைப்படுத்திக் கூற வேண்டும் என நினைக்கிறேன்.

இக்கால ஆராய்ச்சியாளர்கள் முக்கியமான இலக்கியக் கொள்கைகள் யாவற்றையும் பின்வரும் ஐந்தனுள் அடக்குவர்.

1. அவயவிக் கொள்கை
2. அறவியற் கொள்கை
3. உணர்ச்சிக் கொள்கை
4. அழகியற் கொள்கை
5. சமுதாயக் கொள்கை

விளக்கம் வேண்டா வகையில் இவற்றின் பொருள் வெளிப்படையாயுள்ளது என்று கருதுகிறோம். தமிழ் இலக்கிய வரலாற்றினை ஆதாரமாகக் கொண்டு மேலேயிருக்கும் ஐந்து இலக்கியக் கொள்கைகளுக்கும் திருஷ்டாந்தமாக ஐந்து காலப் பிரிவுகளைக் காட்டலாம். அவ்வாறு காட்டுவது சிறப்பு நோக்கியும் பெரும்பான்மை நோக்கியுமே என்பதை நினைவிலிருத்திக் கொள்ளவேண்டும்.

1. அவயவிக் கொள்கை

சங்ககாலம் என வழங்கப்படும் சான்றோர் இலக்கிய காலத்திலே கவிதைகள் இக்கொள்கையின் அடிப்படையிலேயே எழுந்தன என்பதற்கு, இவற்றுக்கு இலக்கணமாய்த் தோன்றிய தொல்காப்பியமே சான்று. அவயவிக் கொள்கையிலே பொருள், வடிவம் என்ற பாகுபாடு இல்லை. இரண்டும் கூறுகளாக – உறுப்புக்களாக – இசைவுபட்டே உயிருள்ள கவிதை பிறக்கிறது. தொல்காப்பியம் செய்யுளியல் முதற் சூத்திரத்தை நோக்குவார்க்கு

இது புலனாகும். மாத்திரை முதல் அளவியல் ஈறாகச் சொல்லப்படும் பன்னிரு உறுப்புக்கள் யாப்புச் சம்பந்தமானவை; திணை தொடக்கம் வண்ணம்வரை கூறப்படும் பதினான்கு உறுப்புகள் பெரும்பான்மை பொருள் சம்பந்தமானவை. இவ்விருபத்தாறு உறுப்பும், “ஒன்றொன்றினை இன்றியமையாவென்பது பெற்றாம்.” அவயவிக் கொள்கையின் சாரத்தையே இரத்தினச் சுருக்கமாக விளக்கியிருக்கிறார் உரையெழுதிய பேராசிரியர்.

> மற்றுச் செய்யுளுறுப்பு ஈண்டோதினார்; செய்யுள் யாண்டோதுப வெனின் அறியாது கடாயினாய், உறுப்பென்பன உறுப்புடைப் பொருளின் வேறெனப்படா; பொருள் எனப்படுவன உறுப்பே, அவற்றதீட்டத்தினை முதலென வழங்குப வாகலான் உறுப்பினையே சொல்லி யொழிந்தார்; முதற் பொருளதிலக்கணமென உறுப்பிலக்கணத்தினையே வேறுபடுத்துக் கூறலாவதின்மையானும் உறுப்புரைப்பவே அவ்வுறுப்புடைய பொருள் வழக்கியலாற் பெறலா மாகலானு மென்பது . . . இவற்றை உயிருடையத னுறுப்புப் போலக் கொளின் உயிர் வேறு கூறல் வேண்டுவதாம்; அவ்வாறு கூறாமையிற் கலவையுறுப்புப் போலக் கொள்க.

சான்றோர் செய்யுள்களில் இக்கொள்கையின் முழுமையான செயற்பாட்டைக் காண்கிறோம். வாய்மொழி இலக்கியமாகத் தோன்றி வழங்கிய அச்செய்யுள்களைப் புலவர்கள் பயிற்சியினால் யாத்தனர். யாத்தல் என்றால் தைத்தல், கட்டுதல், தொடுத்தல். இன்றும் வாய்மொழிப் பாடல் வகைகளை இயற்றுவோ ‘பாட்டுக்கட்டுதல்’ என்று கூறுவதைக் கேட்கலாம். அவயவிக் கொள்கையின் சிறப்பியல்பு என்னவெனில் பாடுவோர் – கேட்போர், பொருள் – வடிவம், அறிவு – உணர்ச்சி, அழகு – பயன்பாடு, இலட்சியம் – நடைமுறை, உண்மை – கற்பனை முதலியவற்றுக்கிடையே முரண்பாடு இல்லாதிருப்பதேயாம். ஏனைய இலக்கியக் கொள்கைகள் ஏதோவொரு விதத்தில் இவ்விருமைகளில் ஒவ்வொன்றை முதன்மைப்படுத்துவன. அது சமுதாயத்தில் ஏற்பட்ட முரண்பாடுகளின் பிரதிபலிப்பாகும். அவயவிக் கொள்கையின் உயிரான உறுப்பிணை ஒருமை எமக்குப் பல படிப்பினைகளைக் கொண்டுள்ளது.

2. அறவியற் கொள்கை

சான்றோர் இலக்கிய யுகத்தை அடுத்துத் தோன்றிய காலப்பிரிவை எமது இலக்கிய வரலாற்றாசிரியர்கள் சங்க மருவிய காலம்

என்றழைப்பர். பதினெண் கீழ்க்கணக்கைச் சேர்ந்த பெரும்பாலான போதனை *(Didactic)* நூல்கள் இக்காலத்தில் எழுந்தனவே. பல நூற்றாண்டுக் காலமாகத் தமிழில் தழைத்து வளர்ந்து தனிச் செல்வாக்குடன் விளங்கும் அறவியற் கொள்கையை விளக்கவேண்டிய அவசியமில்லை. அறம், ஒழுக்கம் ஆகியன பற்றி அத்தியந்த அக்கறை கொண்டுள்ளது இக்கொள்கை. அறத்தையே மனிதரது வாழ்க்கை இலட்சியமாகக் கூறுவதால், அது நோக்குக் கொள்கையின் மற்றொரு வடிவமாகவும் அமைந்து விடுகிறது. பெயருக்கு இணங்க அறவியற் கொள்கையில் பொருள் (போதனை) முதன்மை பெறுகிறது. பெறவும், அதன் தர்க்கரீதியான விளைவாக இலக்கியத்தின் தோற்றம், இயல்பு, பண்பு, பயன் என்பவற்றிலும் மாற்றங்கள் உண்டாகின்றன. உதாரணமாக, அவயவிக் கொள்கையின்படி பயிற்சிடையோர் – பாட்டுக்கட்டும் திறனைப் பெறும் எவரும் இலக்கியஞ் சமைக்கலாம். ஆனால் அறவியற் கொள்கைப்படி பொருள் – போதனை – இலக்கியத்தின் நோக்கமாக அமையவும், நிரம்பிய கல்வியறிவும் புலமையும் ஒழுக்க சீலமும் உடையவர்களே இலக்கியஞ் செய்தற்குத் தகுதியுடையோராயினர். புலவர், ஆசிரியர் ஆயினர்; அவர்கள் கையாண்ட அகவற்பா ஆசிரியப்பா ஆயிற்று. சுருங்கக்கூறின் அவயவிக் கொள்கையின் மறுதலை அறவியற் கொள்கை என்பதில் தவறில்லை. பொருளும் வடிவமும் இணைந்து பெறும் ஒருமை போய், பொருளே முக்கியத்துவம் பெறுகிறது. “அறவியலை அடிப்படையாகக் கொண்ட இலக்கியக் கொள்கை, பொருளையே சிறப்பாகக் கொள்ளும் ஒரு கொள்கையாகும்” என்று மேனாட்டுத் திறனாய்வாளர் கூறுவர். இதன் கிளைத் தேற்றமாக இன்ன இன்ன விஷயங்கள் இலக்கியத்தில் இடம் பெறத்தக்கவை என்ற கோட்பாடும் செல்வாக்குப் பெற்றது.

அறவியற் கொள்கை ஆனந்தத்தை இலக்கிய உலகிலிருந்து அகற்றியது. அவயவிக் கொள்கையை ஆதாரமாகக் கொண்டு எழுந்த இலக்கியங்களில் உவகையும் பயனாயிருந்தது. அறவியற் கொள்கை ‘துன்பமே இயற்கையென்னும்’ நம்பிக்கையை வளர்த்தது; அழகுணர்ச்சி தடைப்பட்டது. ஆயினும் இறுதிக் காரணக் கோட்பாட்டின் விளைவாகப் பெறப்படும் குறிக்கோள் வற்புறுத்தப்படுவதால் சமுதாய அக்கறை வாய்ந்த ஒன்றாக அறவியற் கொள்கை அமைந்துள்ளது. அதுவே அதன் பலமும் பலவீனமும் எனலாம். ஏறத்தாழப் பல்லவர் காலமுதல் அறவியற் கொள்கை, பல்வேறு காரணங்களினால் தொடக்கத்திலிருந்த செல்வாக்கை இழந்து வந்திருப்பினும் இன்றுவரை அதன் இறுக்கப் பிடிப்பு இருந்து வருகிறது. சமுதாயக் கொள்கைக்கும் அறவியற் கொள்கைக்கும் சிற்சில கூறொப்புடைமைகள் உள்ளன.

3. உணர்ச்சிக் கொள்கை

இறைபக்தி என்ற பேருணர்ச்சி பிரவகித்துப் பரவிய பல்லவர் காலத்திலும் சோழர் காலத்திலும் இக்கொள்கை இலக்கிய ஆக்கத்துக்கு ஆதாரமாயிருந்தது எனலாம். நுணுக்கமாகக் கவனித்தால் அறவியற் கொள்கைக்கு எதிர்விளைவாகத் தோன்றியது உணர்ச்சிக் கொள்கை என்பது தெளிவாகும். அறவியற் கொள்கை அடிப்படையில் அறிவுச்சார்ச்சி உடையது; இலக்கியம் இலக்கணம் மட்டுமன்றி, தருக்கம், தத்துவம், சாத்திரம், மருத்துவம் முதலியவற்றைக் கற்றவரே புலவர் என்ற நிலை இருந்தது. ஆனால் உணர்ச்சிக் கொள்கையின்படி, 'ஆவுரித்துத் தின்றுழலும் புலையரும்' ஆண்டவனைப் பற்றி உணர்ச்சிவசப்படலாம்; உருகலாம். பொருளிலும் பார்க்கப், பொருள் பற்றிய உணர்ச்சியே சிறப்பிக்கப்படுவதை இதில் காணலாம்.

அறவியற் கோட்பாடு மனித வாழ்க்கையைப் பற்றிப் பேசத் தொடங்கி, இறுதியில் வாழ்க்கைக்குரிய நெறிகளைப் பற்றியும் தத்துவங்களைப் பற்றியும் அதிகாரத் தொனியில் விவரித்தது. தனிமனிதனுக்கு அன்றி மனித சமுதாயத்துக்கு இனியவை இன்னாதவை பற்றிக் கூறியது. அது இலக்கியங்களிலும் தவிர்க்க இயலாதவாறு பிரதிபலித்தது. அறிவுக் கொள்கை தருக்கத்தின்படி சரியாக இருக்கலாம்; ஆனால் காலப்போக்கில் அது தனி மனித வாழ்வுப் பிரச்சினைகளிலிருந்து வெகு தூரம் விலகிச் சென்றுவிடுகிறது. உதாரணமாக அறவியற் கொள்கையின் அடிப்படையில் எழுந்த இலக்கியங்களில் பெண் பற்றிய கருத்தைப் பார்ப்போம். ஒழுக்கத்தின் பெயரில் பரத்தைமை கண்டிக்கப்படுகிறது. அதன் விளைவாகப் பரத்தையர் – காமக்கிழத்தியர் – வெறுத்தொதுக்கப்படுகின்றனர். இறுதியில் பெண்ணாசைக்கும் புலனின்பத்துக்கும் காரணமாயிருப்பதால் பெண்களே இழித்துரைக்கப்படும் நிலைமை தோன்றிவிடுகிறது. இந்நிலையில் அது வாழ்க்கையை மறுதலிக்கிறது. இத்தகைய தருக்கத்தினடியாக, வாழ்வே வெறுக்கத் தக்கது என்ற தத்துவம் கலை இலக்கியத்தை நெரித்து விடும் வேளையிலேயே "மனித்தப் பிறவியும் வேண்டுவதே இந்த மாநிலத்தே" என்ற இனிமை நம்பிக்கைக் குரல் எழுந்தது. அக்குரல் இன்ப உணர்ச்சி நிறைந்த குரலாகும்.

உணர்ச்சிக் கொள்கையின் சில அம்சங்களையும் விளைவு களையும் இந்நூலின் முற்பகுதியிலே மகிழ்ச்சி தருகின்ற போலி நியாயத்தை விவரிக்கையில் எடுத்து விளக்கியிருக்கிறேன். எனவே, சுருக்கமாகச் சில குறிப்புக்களை இங்குக் கூறுவேன்.

பாடுபவனுக்கும் பாட்டைக் கேட்பவருக்கும் உண்டாகும் மனக்கிளர்ச்சி – மெய்ப்பாடு – ஆகியவற்றைச் சான்றாகக் கொண்டே இக்கொள்கை பெயர் பெற்றது. கவிஞனுக்கு ஏற்படுகின்ற உணர்ச்சியை அதே வேகத்துடன் பிறர்க்குப் புலப்படுத்துவதும் இக்கொள்கையில் அடங்கும். அதாவது உணர்ச்சித் துடிப்பை, ஆவேசத்தைத் தக்க முறையில் வெளிப்படுத்தி விளங்கவைப்பதை இது குறிக்கும். ஆகையால் உணர்ச்சித் கொள்கைக்கு, வியஞ்சகக் கொள்கை *(Expression Theory)* என்ற மறுபெயரும் உண்டு. கவிஞனைப் பொறுத்தவரையில் உணர்ச்சி மேலீட்டினால் உண்டாகும் மன அவசத்தையும் அவதியையும் சொற்களில் வடித்து ஆறுதலடைகின்றான் என்பது இக்கொள்கையின் வரைவிலக்கணமாகும். லோரன்ஸ் லேர்னர் என்பவர் *உண்மையான கவிதை (The Truest Poetry)* என்னும் நூலிலே (பக். 38) குறிப்பிடுவது பொருத்தமாயிருக்கிறது.

> இதுகாலவரை (உணர்ச்சிக் கொள்கை செல்வாக்குப் பெறுமுன்) கவிதை பாடத் தூண்டுதலாகப் பல செயல் நோக்கங்கள் இருந்தன. காதலியின் அன்பைப் பெறுதல், புகழ் அல்லது பணம் சம்பாதித்தல், மகிழ்வூட்டல், இலக்கிய மரபுக்கு அணி செய்தல் என்பன அவை. ஆனால் இப்பொழுதோ இவை இரண்டாம் இடத்தையே பெறுகின்றன; வெளிவருவதற்காக விசையுடன் உந்திக்கொண்டிருக்கும் உணர்ச்சி கவிஞனுக்கு இருக்கிறது. அது திடுமென முந்திக்கொண்டு சென்று சொற்களாக வடிவம் பெறுகிறது. அவனது முயற்சியும் இதிலே பங்கு கொள்கிறதாயினும் அவனையும் மீறியே இது நடைபெறுகிறது. பயிற்சியினால் படைக்கும் தொழில் திறலாளன் அல்லன் அவன்.

இக்கொள்கை எழுந்தபின் இன்றுவரை அறிவு, உணர்ச்சி என்ற இருகோடி எதிரெதிர் நிலை இலக்கியத்தில் ஏற்பட்டுள்ளது. எத்தனையோ இலக்கியக் கர்த்தாக்களுக்கு உண்டாகும் இரண்டக நிலையின் தத்துவார்த்த மூலமும் இதுவேயாகும். இலக்கியத்தின் முதலும் முடிவும் உணர்ச்சி வெளிப்பாடே என்று வற்புறுத்தும் கொள்கை செல்வாக்குப் பெற்ற பின்னரே இலக்கியத்தை 'ஆற்றல் இலக்கியம்' – *Literature of Power*, 'அறிவு இலக்கியம்' – *Literature of Knowledge* என இரு கூறுபடுத்தும் தேவையும் வழக்கமும் பிறந்தது. (இச்சொற் பிரயோகத்தை முதன் முதல் வழங்கியவர் தொமஸ் டி–குயின்சி *(De Quincey, 1785-1859)* என்ற ஆங்கிலேயர் 1841இல் பிரபல ஆங்கிலக் கவிஞர் அலக்ஸாண்டர் போப் குறித்து எழுதிய

திறனாய்வுக் கட்டுரையில் இவ்விருவகை இலக்கியங்களையும் குறிப்பிட்டார்.

தமிழிலே பக்திப் பாடல்களுக்கு அடிப்படையா யமைந்த உணர்ச்சிக் கொள்கை இடைக்காலத்திற் செயலடங்கியிருந்த பின் இருபதாம் நூற்றாண்டில் தமிழ்க் கவிதையுலகில் குறிப்பிடத்தக்க அளவு செல்வாக்குடன் விளங்குகிறது. பாரதியுகத்தில் இயற்றப் பெறும் தன்னுணர்ச்சிப் பாடல்கள் இக்கொள்கைக்கு விளக்கஞ் செய்வனவாய் உள்ளன. இரசனைக்கும் இது ஆதரவாயிருக்கிறது.

4. அழகியற் கொள்கை

இலக்கியக் கொள்கைகளுள் ஒன்றாக இருப்பினும் நவீன உலகிலே மிகுந்த செல்வாக்குடனும் காரசாரமான சர்ச்சைக்கு உரியதொன்றாகவும் விளங்குவது அழகியற் கொள்கை. முழுமையான இலக்கியக் கொள்கை என்ற அளவில் மிகச் சமீப காலத்திலேயே இது தமிழில் இடம் பெற்றது. ஆயினும் இதன் அம்சங்களிற் சில பழந்தமிழ் இலக்கியங்களில் இடம்பெற்றுள்ளன, 'அழகு என்பது காண்டலும் கற்பனையனுபவமுமே' என்று அழகியல் கொள்கையாளர் கூறுவர் *(All beauty is in perception or imagination)*. இந்த அடிப்படைக் கருத்தை இடைக்கால உரையாசிரியரான பேராசிரியர் மிகவும் தெளிவாய்க் கூறியுள்ளார்.

> திருவென்பது கண்டாரால் விரும்பப்படுந் தன்மை; நோக்கம் என்றது அழகு. இஃதென் சொல்லியவாறோவெனின், யாவனொருவன் யாதொரு பொருளைக் கண்டானோ அக்கண்டவற்கு அப்பொருள்மேற்சென்ற விருப்பத்தோடே கூடியவழகு அதன்மேல் அவற்கு விருப்பஞ் சேறல் அதனிற் சிறந்த வுருவும் நலனும் ஒளியும் எவ்வகை யானும் பிறிதொன்றற் கில்லாமையால் திருவென்றது அழகுக்கே பெயராயிற்று.... அது கண்டவனுடைய விருப்பத்தானே யெழுந்தது. ஆதலானுந் திருவென்பது அழகென்றே யறிக. அதனாற் றிருவென்பது கண்டாரால் விரும்பப்படுந் தன்மை நோக்கமே ... தான் கண்ட வடிவினுயர்ச்சியையே கூறினானா மெனக் கொள்க

"திருவளர் தாமரை" என்று தொடங்கும் திருக்கோவை யார் முதற் செய்யுளுக்கு உரையெழுதுகையில் திரு என்னும் சொல் அழகைக் குறித்து நின்றதென்றும் அவ்விடத்தில் திருமகளை நோக்கி எழுந்ததன்று என்றும் விளக்கிவிட்டு அழகுக்கு வரைவிலக்கணம் கூறினார். அழகியற் கொள்கையின் பிரதானமான கூறு ஒன்றை

அவர் 'இலக்கணச் சுத்தமாக' எடுத்தியம்பியுள்ளார் எனலாம். ஆயினும் நவீனர்கள் அழகியற் கொள்கை என்று கூறும்போது அது கலை இலக்கியங்களின் ஆக்கத்துக்குப் பயன்படுமாற்றையும் அவற்றிற் புலப்படுமாற்றையுமே சிறப்பாகக் கருதுவர். அழகியற் கொள்கையின் முக்கிய அம்சங்கள் அனைத்தையும் எளிமையாகவும் சுருக்கமாகவும் திரட்டிக் கூறும் மேற்கோள் உரை ஒன்றுண்டு. இக்கொள்கை பலத்த வாதப் பிரதிவாதங்களை எழுப்புவதற்கும் அம்மேற்கோள் உரையே முக்கியக் காரணமாயுள்ளது. "கலை கலைக்காகவே" என்பதே அந்த வாசகம். ஆயினும், இது அழகியற் கொள்கையின் முனைப்பான ஓர் அம்சமே என்பது மனங்கொள்ள வேண்டியது.

அறவியற் கொள்கைக்கு எதிர்விளைவாகத் தோன்றிய உணர்ச்சிக் கொள்கைக்கும் இதற்கும் நெருங்கிய தொடர்புண்டு. எனினும் வேறுபாடுகளே கவனிக்கவேண்டியவை. உணர்ச்சிக் கொள்கை இயல்நிகழ்வானதைச் சிறப்பித்துவிட்டு அது அகத்தூண்டுதலானது என்றும் வடிவமற்றது என்றும் ஒழுங்கற்றது என்றும் தனியொருவனை நோக்கியது என்றும் விவரித்தது. ஒரு பொருளைப் பற்றி ஒருவர் உணர்ச்சி வசப்படலாம். ஆனால் அவ்வுணர்ச்சியிலே 'தூய்மை,' 'ஒழுங்கு', 'இசைவு', 'இன்பம்' ஆகியன இருக்கும் என்பதற்கு உறுதியில்லை. அவையே அழகு சம்பந்தமானவை. அது மட்டுமல்ல; ஒரு பொருளிலே கற்பிதமான அருமைகளையும் காணலாம். பாவனை வளமே அழகுக்காட்சிக்கு உகந்தது. இவ்வாறு அழகியற் கொள்கையாளர் கூறுவர்.

உணர்ச்சிப் பிரவாகம் அல்ல, ஒழுங்கான தன்மை நோக்கமே அழகுக் காட்சியின் சிறப்பியல்பு என்பர் அழகியல்வாதிகள். ஒழுங்கு இசையிலே அமைந்திருப்பதுபோல், கவிதையில் அமைதல் வேண்டும் என்பர். இதனாலேயே அழகியற் கொள்கையாளர் கலை இலக்கியத்தில் **உருவம்** என்பதற்கு அதீத முக்கியத்துவம் அளிப்பர். தமிழிலே டி.கே.சி., ஆ. முத்துசிவன், தொ.மு. பாஸ்கரத் தொண்டைமான் முதலியோர் இக்கருத்தைப் பல சமயங்களில் வற்புறுத்தியிருக்கின்றனர். 'அழகு' என்ற கட்டுரையில் ஆ. முத்துசிவன் பின்வருமாறு கூறுகிறார்:

> அழகு என்பது அனுபவமே அல்லாது அநுபவிக்கப் படும் பொருள் அன்று. அது காணப்படும் பொருளில் இல்லை; காண்பவர் தம் கருத்தில் இருக்கிறது. இன்னும் அது பொருளினின்றும் வேறுபட்ட தனி அருமை அல்ல; பொருளினிடத்தே காணக் கிடப்பது. காணவல்லார்க்கே காணவல்லது ... அழகு என்பது பாவனை வளத்தால் பெறும்

அனுபவம். உள்ளத்துக்குள்ளே பாவனை வெறி மண்டி விட்டால் அதன் போக்கே தனியாகிவிடும் . . . பாவனை முதிரமுதிர பாவனை நிலையிலிருந்து பார்வை நிலைக்கு மாறி, அப்பால் ரசிக நிலையில் ஊன்றிவிடுகிறான் . . . இருக்கிறதைத் திருத்தவும் இல்லாததைப் புகுத்தவும் காணாததைக் காட்டவும் கருதாததை உணர்த்தவும் அதனால் (பாவனை வளத்தால்) முடியும் . . . அழகெல்லாம் பாவனை தேக்கெறிந்து கிடக்கும் உள்ளங்கொண்டு பார்க்கும் பார்வையைப் பொறுத்த அனுபவமாகும்.

பொசாங்கே, பிராட்லி முதலிய அழகியல் வாதிகளின் கூற்றுக் களைத் தழுவி எழுதியிருப்பதால் முத்துசிவனின் வாக்கியங்கள் அழகியற் கொள்கையின் அடிப்படையைத் தெளிவாக்குகின்றன. இப்பகுதியில் "காணவல்லார்க்கே காணவல்லது" என்னுங் கூற்று உற்று நோக்க வேண்டியது. உணர்ச்சிக் கொள்கைக்கும் அழகியற் கொள்கைக்குமுள்ள வேறுபாடு ஒன்றை இக்கூற்றுத் துலக்குகிறது. உணர்ச்சிக் கொள்கையின் அடிப்படையில் எழுந்த இலக்கியங்கள் பல, பாடுபவனையும் கேட்போரையும் இணைப்பனவாயுள்ளன.

மேவினோம் அவனடியார் அடியா ரோடும்
மேன்மேலும் குடைந்தாடி ஆடு வோமே

என்று திருச்சதகத்தில் மணிவாசகர் பாடும்போது பிறரையும் அணைத்துக்கொள்கின்றாரன்றோ? 'யாம் பெற்ற இன்பம் பெறுக இவ்வையம்' என்ற தோரணையில் பிறருக்குத் தமது உணர்ச்சியைப் புலப்படுத்த முனைந்து, பொதுமக்கள் சார்ந்த எத்தனையோ பாடல் வடிவங்களை – நாட்டுப்பாடல் உருவங்களையும் வழக்குச் சொற்களையும் பயன்படுத்தினர். உள்ளத்திற் பிறந்த நெகிழ்ச்சி சொல்லிலும் யாப்பிலும் சொரூபம் பெற்றது. இக்காரணங்களினால் உணர்ச்சிக் கொள்கை பெருமளவுக்குப் பொதுமக்கள் தொடர்புடையதாய் 'ஜனநாய'கப் பண்புடையதாய் இருந்தது. ஆனால் 'திருந்திய உணர்ச்சி' பற்றிப் பேசிய அழகியற் கொள்கை, பாவனை வளம் வாய்க்கப் பெற்றவர்களையே "கலைத் தீட்சை" பெற்றவராய்க் கருதியது. ஆவேசத்தில் கவிதை எழுகின்றது என்னும் எண்ணத்தை அலட்சியத்துடனும் அருவருப்புடனும் நோக்கினர் அழகியல்வாதிகள். கணிதம், இசை இவற்றோடு வைத்தெண்ணப்பட வேண்டிய நுண்மை வாய்ந்தது கவிதை என்று இக்கொள்கையாளர் சிலர் கூறினர். அழகியற் கொள்கையை இருபதாம் நூற்றாண்டிலே விடாப்பிடியுடன் பற்றிக்கொண்டு இலக்கியஞ் சமைத்தவர்களுள் பிரெஞ்சுக் கவிஞர் போல் வலெரி *(Paul Valery, 1871-1945)* விதந்து கூறப்பட

வேண்டியவர். தனது குருவாகக் கொண்டு போற்றிய மல்லார்மே என்பவரைப் பற்றிப் பின்வருமாறு வலெரி எழுதியிருக்கிறார்:

> மல்லார்மே சில நூல்களையே படைத்தார்; தாம் கவிஞரை ஒத்தவரே என உள்ளூரத் தற்பெருமை அடையும் வகையில் வாசகர்களைக் கவர்ந்து விடும் கவனமின்மைக் குறைபாட்டுக் கூறுகள் எதுவும் அந்நூல்களிற் காணப்படா; மனிதத் தன்மையுடைய வற்றையும் அன்றாட வாழ்க்கையில் அனைவரும் நன்கு அறிந்தவற்றையும் வேறு பிரித்தறியும் ஆற்றல் அற்றவர்களுக்கே மிக எளிதில் உள்ளக் கிளர்ச்சியை ஊட்டிவிடும், வெளிப்படையான மனிதாபிமானக் கூறுகள் எதுவும் அந்நூல்களிற் கிடையா; இவற்றுக்கு மாறாக, இலக்கிய ஆக்கத்திலே **இயலெளிமையான உள்ளுணர்வு** என்று தான் கூறிக்கொள்ளும் பண்பிலிருந்து தன்னை விடுவித்துக் கொள்வதற்காகத் தன்னம்பிக்கையுடனும் கொள்கைப் பற்றுடனும் மேற்கொள்ளப்பட்ட ஈடிணையற்ற முயற்சியை அந்நூல்களிற் காணலாம். இதனால் பெரும்பாலான மாந்தரிலிருந்து அவர் தன்னைத்தானே பிரித்துக் கொண்டார்.

அழகியல்வாதிகளின் மனோபாவத்துக்கு இதனிலுஞ் சிறந்த விளக்கத்தைக் காண்பதரிது. கொள்கை வளர்ச்சியைப் பொறுத்த அளவில் அழகியல்வாதிகள் பெறுமதி என்ற கருத்தைத் தமது வாதத்துக்கு மையமாகக் கொண்டனர். அகப்பெறுமதி, புறப்பெறுமதி எனப் பெறுமதியை *(value)* இரண்டாக வகுத்தனர். அகப் பெறுமதி இலக்கியத்தின் உள்ளார்ந்த இயல்பு சம்பந்தமானது. அதன் முதலும் முடிவும், தன்னிறைவும் மனநிறைவும் ஆம். புறப்பெறுமதி இலக்கியத்தின் பயன்பாடு, விளைவு, நோக்கம் சம்பந்தமானது; பிரசாரத் தொடர்புடையது. புகழ், பணம், மன ஆறுதல், போதனை, நல்நோக்கம் ஆகிய புறப்பெறுமதிகளுடைய கவிதையைத் தாம் மதிப்பதில்லை என்பர் தூய அழகியல் வாதிகள்.

தமிழிலக்கிய வரலாற்றை நோக்குமிடத்து இருபதாம் நூற்றாண்டிலேயே இக்கொள்கை இலக்கியக் கர்த்தாக்களால் பிரக்ஞை பூர்வமாகக் கையாளப்பட்டிருப்பினும் காவியங்கள் எழத் தொடங்கிய காலத்திலிருந்து அதாவது அலங்காரம் இலக்கிய ஆக்கத்திற் செல்வாக்குப் பெற்ற காலத்திலிருந்து அது வெவ்வேறு வகையிலும் அளவிலும் செயற்பட்டுவந்துள்ளது என்று கூறலாம். கற்பனை ஜாலங்கள் புரிந்திருக்கும் செயங்கொண்டார்,

ஒட்டக்கூத்தர் முதலிய சோழர் காலப் புலவர்கள் பாவனை வளம் வாய்க்கப் பெற்றவரே. எமது காலத்தில் தேசிகவிநாயகம் பிள்ளை, ச.து.சு. யோகியார் முதலியோரும் "புதுக்கவிதை" என்ற பெயரில், மேல் நாட்டுப் படிமக் கவிஞரை (Imagists) அடியொற்றி எழுதும் ந. பிச்சமூர்த்தி குழுவினரும் அழகியற் கொள்கைக்கு ஆட்பட்டவர்களே. ஆயினும், அறவியற் கொள்கை ஆழமாகப் பற்றிக்கொண்ட தமிழிலக்கிய மரபில் கடுமுனைப்பான அழகியற் கொள்கை எதிர்பார்க்கக்கூடிய அளவு மதிப்புப் பெறவில்லை என்று கூறுவது பொருத்தமாகும். ஆயினும் இரு கொள்கைகளும் வெவ்வேறு குறிக்கோள்களையும் அளவுகோல்களையும் கொண்டியங்குவன என்பது இருபதாம் நூற்றாண்டுத் தமிழிலக்கியத்திலே பல ஆசிரியர்களால் உணரப்பட்டுள்ளது. உதாரணமாக, *சக்கரவர்த்தி திருமகன்* என்ற நூலில் 'வால்மீகியும் கம்பரும்' என்னும் தலைப்பிலே ராஜகோபாலாச்சாரியார் எழுதிய முகவுரையில் மேல்வருமாறு கூறுகிறார்:

> இவ்வாறே நூல்களையும் இருவகையாக வகுக்கலாம். ஒரு வகைக்கு **உயிர்** அதன்பொருள்; மற்றொருவகை நூல்களுக்கு அதன் வடிவமே **உயிர்**. (தடித்த எழுத்துக்கள் எம்மால் இடப்பட்டவை.)

ராஜாஜியைப் பொறுத்தவரையில் அவர் எதுவித ஐயத்திற்கும் இடமின்றி அறவியற் கொள்கையைச் சார்ந்து நின்றார். அதே வேளையில் அழகியல் கொள்கையின் செல்வாக்கையும் அறிந்தவராயிருந்தார்.

5. சமுதாயக் கொள்கை

இலக்கியக் கொள்கைகள் வரலாற்று அடிப்படையிலே ஒன்றன்பின் ஒன்றாகத் தோன்றுவனவாயினும் ஒன்று தோன்றியபின் முந்தியவை மறைந்துபோவதில்லை. புதியவாகத் தோன்றும் கொள்கைகளிலே பழையனவற்றின் அம்சங்கள் மறைமுகமாகவேனும் கலக்கின்றன. ஆயினும் பொதுவாகக் கூறுமிடத்து ஒவ்வொரு காலப்பகுதியில் ஒவ்வொரு கொள்கையே பெருவழக்காறுடையதாய் விஞ்சி நிற்கக் காணலாம். அவ்வாறு ஓங்கி நிற்கும் கொள்கைக்கோ அல்லது அதன் கூறுகள் சிலவற்றுக்கோ எதிர்விளைவாய்ப் புதியதொரு கொள்கை தோன்றுகிறது.

இந்நியதியின்படி இருபதாம் நூற்றாண்டிலே செல்வாக்குப் பெற்றுவரும் கொள்கை சமுதாயச் சார்புடையதாகும். அதற்குக் காரணங்கள் பல. எனினும் 'தூய' அழகியல்வாதத்துக்கு எதிர்விளைவாகவே சமுதாயக் கொள்கை நடைமுறையிற் செயற்படுகிறது எனலாம்.

அவயவிக் கொள்கையின் வீழ்ச்சிக்குப் பின்னர் இலக்கியத்திலே சமுதாயமும் சமுதாய உணர்வும் உருச்சிதைவுற்றே இடம்பெற்றுள்ளன. இப்போக்கு அழகியற் கொள்கையில் உச்சநிலையை அடைந்ததைக் கண்டோம். கலைஞன் இலக்கிய கர்த்தா – வெகு ஜனங்களினின்றும் வேறுபட்டவன், தனிப்பிறவி என்றெல்லாம் கருதப்படவும் சமுதாயம், அதாவது மெய்ம்மை யான புறவுலகம் இலக்கியத்துக்குப் புறம்பானதாயிற்று. உண்மையிலும் கற்பனையே இலக்கியத்துக்கு உயர்ச்சியளிப்பதாகப் போற்றப்பட்டது. இந்நிலையில் சமுதாயத்தை மீண்டும் இலக்கியப் பொருளாக்கி இழந்த மெய்ம்மையைத் திரும்பவும் அடைவதே சமுதாயக் கொள்கையின் குறிக்கோள்.

அதுமட்டுமன்று. நாம் ஏலவே பார்த்தது போல அவயவிக் கொள்கைக்குப் பின்வந்த இலக்கியக் கொள்கைகள், மனித வாழ்க்கைக்கு இன்றியமையாதனவற்றுள் ஒன்றை விதந்து எடுத்து அதனையே முழுமையாக்கின. அறவியல், மெய்யியல், உணர்ச்சி, அறிவு, அழகியல் என்பன மனித வாழ்க்கையைச் செம்மைப்படுத்தி வளப்படுத்துகின்றன என்பதில் ஐயமில்லை. ஆயினும் அக்கொள்கைகள் எழுந்த விதத்திலும் அமைந்த வகையிலும் உணர்ச்சி – அறிவு, வாழ்வியல் – அறவியல் முதலியன ஒன்றுக்கொன்று முரணாகவும் ஒன்றையொன்று விலக்கி வைப்பனவாயும் இருந்தன. இது மனித வாழ்வையும் சமுதாயப் பார்வையையும் கூறுபடுத்தியது. சமுதாயம் முழுமைகெட்ட பொருளாய் இலக்கியத்தில் இடம் பெற்றது. இக்குறையை நிவிர்த்தி செய்வதே சமுதாயக் கொள்கை.

சமுதாயக் கொள்கை இலக்கியக் கர்த்தாவைச் சுவானுபவம் பெற்ற தனிப்பிறவியாகக் காணவில்லை. இக்காலத்தில் எழுந்த சகல அறிவுத் துறைகளும் இயக்கங்களும் அவனையும் பாதிக்கின்றன. அவன், வலெரி பெருமைப்பட்டதைப்போல, "பெரும்பாலான மாந்தரிலிருந்து தன்னைத் தானே பிரித்துக் கொள்ள" இயலாது. அவ்வாறு வேண்டுமென்றே தன்னை ஓர் எழுத்தாளன் சமுதாயத்தின் இயக்கங்களிலிருந்து துண்டித்துக் கொண்டால், அவன் மெய்ம்மையைப் புறக்கணிக்கின்றான்.

சமுதாயக் கொள்கை கலை இலக்கியத்தில் வெளிப்படும் போது யதார்த்தவாதம் என வழங்கப்படும். மார்க்ஸ், எங்கெல்ஸ் இருவரும் இயற்கை விஞ்ஞானத் துறைகளுக்கும் சமூக விஞ்ஞானத் துறைகளுக்கும் ஏற்படுத்திய பிணைப்பு சமுதாயத்தை யும் உலகையும் பிரபஞ்சத்தையும் மனிதர் நோக்கும் முறையில் பெருமாற்றத்தை உண்டாக்கியது. புற உலகமும் அக உலகமும் இயக்கவியல் அடிப்படையில் தொடர்புடையனவாய்க் காணப்

பட்டன. சமூக வாழ்வும் இயற்கையும் சில நியதிகளுக்கிணங்கிச் செயற்படுவது வற்புறுத்தப்படலாயிற்று. இதன் அடிப்படையிலேயே சமூகத்தின் இயக்கப்பாட்டை அறிந்து அதன் ஒளியில் இலக்கியம் படைத்தல் யதார்த்தத்தின் முதல்நிலை ஆயிற்று. ஆகையால்தான், யதார்த்தவாதத்திற்கும் பொருள்முதல் வாதத்திற்கும் நெருங்கிய தொடர்புண்டு. மனித வாழ்க்கையை முழுமையாக்க மார்க்சியம் வழிகாட்டுவது போலவே மனித வாழ்க்கையை முழுமையாகச் சித்திரிக்க யதார்த்தவாதம் வகைசெய்கிறது. அறவியல், உணர்ச்சியூட்டும் பொருள், அழகுக் காட்சி என்றெல்லாம் மனித அநுபவத்தைக் கூறுபடுத்தாமல், மனிதனுக்குரிய எதனையுமே புறம்பானதாய்க் கருதாது, 'மாநிலம் பயனுற வாழ்வதற்கு' ஏற்ற இலக்கியத்தை மெய்ம்மை பிறழாத வகையில் படைப்பதே இக்கொள்கையின் பிரதான இலட்சியமாகும். இக்கொள்கையின் விளைவாகக் கவிதை மட்டுமன்றி உரைநடையில் இயற்றப்படும் சிறுகதை, நாவல், நாடகம் என்பனவும் புதியபுதிய பொருள்களையும் உத்திகளையும் கொண்டு வளர்ந்து வருகின்றன.

பத்தொன்பதாம் நூற்றாண்டின் கடைக்காலிலிருந்து எழுதப்பட்டு வரும் நாவல்கள், இந்நூற்றாண்டில் எழுந்த பல நாவல்கள், சிறுகதைகள், நாடகங்கள், கவிதைகள் முதலியனவற்றில் இக்கொள்கையின் செல்வாக்கைக் காணலாம். பலரும் நன்கறிந்த மேற்கோள் ஒன்று மகாகவி பாரதியார் இயற்றிய *பாஞ்சாலி சபதம்* முன்னுரையிற் காணப்படுவது.

> எளிய பதங்கள், எளிய நடை, எளிதில் அறிந்து கொள்ளக் கூடிய சந்தம், பொதுஜனங்கள் விரும்பும் மெட்டு இவற்றினையுடைய காவியமொன்று தற்காலத்திலே செய்து தருவோன் நமது தாய்மொழிக்குப் புதிய உயிர் தருவோனாகின்றான். ஓரிரண்டு வருஷத்து நூற் பழக்கமுள்ள தமிழ் மக்களெல்லோருக்கும் நன்கு பொருள் விளங்கும்படி எழுதுவதுடன் காவியத்துக்குள்ள நயங்கள் குறைவு படாமலும் நடத்துதல் வேண்டும்.

எளிமைக்கு எடுத்துக்காட்டாய் அமைந்த இம்மேற்கோளுக்கு எதுவித விளக்கமும் தேவையில்லை. ஆயினும் வாசகரை ஏமாற்றக் கூடிய எளிமை இதிலுள்ளது. தமிழ் இலக்கிய வரலாற்றிலே தனிச் சிறப்பான இலக்கியக் கொள்கைப் பிரகடனம் என்று மதிக்கத்தக்க இவ்வாசகத்தின் அடிப்படை உயிர்க்கருத்தைப் பின்வருஞ் சொற்கள் புலப்படுத்துகின்றன. எளிமை, பொதுஜனங்கள், பொருள் விளக்கம், காவியநயம் – இச்சொற்கள் முந்திய இலக்கியக் கொள்கைகளைத் தழுவி நிற்பது கவனிக்கத்தக்கது.

உதாரணமாகக் 'காவியத்துக்குள்ள நயங்கள்' என்ற தொடரில் அழகியற் கொள்கையின் எச்ச மிச்சத்தைக் காணலாம். எனினும் 'தமிழ் மக்களெல்லோருக்கும்' என்று அறுதியிட்டுக் கவிஞர் கூறும் பொழுது சமுதாய நல நாட்டம்தான் விளக்கமாகிறது. இதே கவிஞரே பிறிதோர் கவிதையில் "நமக்குத் தொழில் கவிதை; நாட்டிற்குழைத்தல்" என்று தமது இலட்சியத்தை வலியுறுத்தி அறிவிக்கையில் சமுதாயக் கொள்கை முழுச் செறிவுடன் விளக்கம் பெறுகிறது.

இலக்கியக் கொள்கைகளைச் சுருக்கமாகப் பார்த்தோம். இக்கட்டுரையின் நடுப்பகுதியிலே கவிதை வகைகளைக் கண்டோம். இவற்றுக்கிடையேயுள்ள தொடர்புகளை உய்த்தறிதல் அவசியம். தனியொரு செய்யுளையோ அல்லது உரைநடைப் பகுதியையோ மாணாக்கருக்குக் கற்பிக்கும்பொழுது வெளிப்படையாக விவரிக்காவிடினும், அப்படைப்பை இனங்கண்டு எளிமையாக விளக்குவதற்குக் கொள்கை பற்றிய உணர்வு உறுதுணையாயிருக்கும் என்பதில் ஐயமில்லை.

~ ~

தங்கத்துக்கு உரைகல் இருக்கிறது. தங்கத்துக்கு பத்தரைமாற்று என்றும் ஒரு எல்லையைக் கோலி, மதிப்பிடுகிறார்கள். வைரத்தை 'காரட்டு' மூலமாக மதிப்பிடலாம். இலக்கியத்தை விமர்சனம் செய்து மதிப்பதற்கு இன்னும் பொதுவான ஒரு அளவு – சரியான ஒரு அளவு – உண்டாகவில்லை. ஆகவே விமர்சன வேலை மிகவும் கஷ்டமான வேலை.

– *வ.ரா.*

மக்கள் வளர்ச்சிக்கேற்ப விஞ்ஞானமும் வளர்ந்துகொண்டே போகிறது. இன்றைய தமிழ்க்கலையில் விஞ்ஞானக்கலை நிறைய வேண்டும். எதில் விஞ்ஞானமில்லை?

– *திரு.வி.க.*

உணர்ச்சி ஊட்டப்பெறுவதே இலக்கியத்தால் நாம் பெறக்கூடிய பிரதான இன்பமும் நன்மையுமாயினும், இந்த இன்பத்தை இலக்கிய கர்த்தா எந்த விதமான சாதனங்களைக் கையாண்டு நம்முடைய மனத்தில் உண்டாகும்படி செய்கின்றார் என்பதை அறிவதும் ஒருவித இலக்கிய இன்பமாகும்.

– *பொ. திருகூடசுந்தரம்*

எல்லாவற்றிலும் முற்படவே, விஞ்ஞான உணர்ச்சி நமக்கு வேண்டியதாயுள்ளது. நமது தமிழ்மக்களுக்கு விஞ்ஞான நோக்கு ஏற்படத் தமிழ் உதவுதல் வேண்டும். அறிவுத்துறைகள் வளர்ச்சியில் நாமும் முயன்று பங்கு கொள்ளுதல் வேண்டும். இலக்கிய வளர்ச்சிக்கும் கலை வளர்ச்சிக்குங்கூட இவற்றின் துணை வேண்டியதாகும்.

– *எஸ். வையாபுரிப் பிள்ளை*

3

திறனாய்வுக் கொள்கைகள்

இக்கட்டுரைக்கு ஆயத்தஞ் செய்யுமுகமாகச் சிற்சில நூல்களைப் படித்தபோது இலக்கியங் கற்பித்தலைப் பற்றியும் கவிதையைப் பற்றியும் தமிழில் எழுதப்பட்டுள்ள நூல்கள் சிலவற்றையும் வாசித்து வந்தேன். அப்பொழுது சுவையான ஒரு செய்தி என் கவனத்திற்பட்டது. கவிதையின் இயல்பு குறித்து எடுத்துக்காட்டு விளக்கஞ்செய்ய முற்படும் ஆசிரியர்கள் பலர் – முத்துசிவனிலிருந்து சுப்பு ரெட்டியார் வரை ஏறத்தாழ எல்லோருமே – பின்வருஞ் செய்யுள்களைக் கற்பனைச் சிறப்பற்ற கவிதைக்கு உதாரணம் காட்டுகின்றனர்.

பாக்காவது கமுகம் பழம்
 பருப்பாவது துவரை
மேற்காவது கிழக்கே
 நின்று பார்த்தால் அதுதெரியும்
நாற்காதமும் முக்காதமும்
 நடந்தால் ஏழுகாதம்
நாக்கால் நன்மை சொன்னேன்
 இனிரட்சிப்பாயோ பட்சிப்பாயோ.

அண்ண னானவன் தம்பிக்கு மூத்தவன்
திண்ணை யானது தெருவில் உயர்ந்தது
கண்ண னானவன் கண்இரண் டுள்ளவன்
வெண்ணெ யானது பாலில் விளைவதே.

இச்செய்யுள்களோடு கம்பராமாயணத்திலிருந்தோ, நந்திக்கலம்பகத்திலிருந்தோ சில பாடல்களை ஒப்பிட்டுக் காட்டிவிட்டு, “புட்பராகத்திற்கும்

அசல் வைரத்திற்கும் தரம் கண்டு சொல்லும் நிபுணர்களைப் போன்ற கவிதைத் திறனாய்வாளர்களுக்குத்தான் கவிதையின் தரம் தெளிவாகப் புலனாகும்" என்று கூறி முடிப்பர் (ந. சுப்பு ரெட்டியார், *கவிதையனுபவம்*, பக். 147).

மேலுள்ளவை போன்ற செய்யுள்களையும் பிரசித்தி பெற்ற கவிதைகளையும் அருகருகே நிறுத்தித் தாரதம்மியம் காட்டுவது பொருத்தமற்றதும் பயனற்றதுமான உதாரண விளக்கமாகும். 'பாக்காவது கமுகம் பழம்' என்று தொடங்கும் செய்யுளை எடுத்துக்கொள்வோம். அதனைப் பார்த்த அல்லது படித்த மாத்திரத்தே அது கவிதை அன்று என்பது புலனாகும். கம்பன் கவிதையோடு ஒப்பிட்டுத்தான் அதன் தரத்தைத் தீர்மானிக்க வேண்டும் என்பதில்லை. சிறு வயதிலே ஆங்கிலம் படித்தபோது எமக்குச் சொல்லித் தரப்பட்ட 'ஞாபகச் சூத்திரம்' ஒன்று உங்களுக்கு நினைவிருக்கும்:

Thirty days has September
April June and November

என்று தொடங்கிச் செல்லும் இவ்வாய்பாடு வருடத்திலுள்ள மாதங்களில் நாட்கள் எத்தனை என்பதை நினைவூட்டும் வகையில் அமைந்தது. அதனைக் கவிதை என்று எப்பொழுதாகிலும் நாம் கூறியதுண்டா? இல்லை. அதனை ஷேக்ஸ்பியர் மகாகவியின் 'சொனற்'பா ஒன்றுடன் ஒப்பிட்டு ஏற்றத்தாழ்வு கற்பிப்பதுண்டா? இல்லவே இல்லை. அவ்வாறு செய்வது 'முறை மறந்து' செய்யும் ஒப்புமை என்றுதான் சொல்லவேண்டும்.

"பாக்காவது" என்ற செய்யுளைக் கம்பராமாயணச் செய்யுளுக்கு அருகில் நிறுத்துவது வேண்டுமென்றே முரண் பாட்டை ஏற்படுத்திக்காட்டும் செயலாகும்; ஒருதலை முடிபான ஒப்பீடுமாகும். விளையாட்டு அரங்கிலே *walkover* என்ற சொற்றொடரை நன்கறிவீர்கள். ஒரு போட்டியிலே ஒத்த போட்டியாளர் இன்மையாலும் அல்லது போட்டியாளர் வராமை யாலும் எளிதாக ஈட்டப் பெறும் வெற்றியை அவ்வாறு 'எளிதாக வெற்றி பெறுதல்' என்பர். அத்தகையதே மேலே காட்டிய ஒப்பீடாகும். கம்பனது பாடலென்ன, எந்தக் கவிதையுமே இச்செய்யுளைவிடப் பன்னூறு மடங்கு சிறந்ததாகவே இருக்கும். இவ்வாறு ஒப்பீடு செய்வது சிறுபிள்ளைத்தனமானது மாத்திரமன்றி இலக்கியப் பயிற்சிக்கு எவ்விதத்திலும் உதவும் பாங்கற்றதுமாகும். இவ்வொப்பீட்டு முயற்சிக்கு எத்தகைய முயற்சியோ கருத்தூன்றலோ அவசியமில்லை. எடுத்துக்கொண்ட இரு செய்யுள்களுக்கும் தரவேறுபாடிருப்பது வெளிப்படை.

இவ்வாறு இலக்கியத்திலே தரத்தை நிர்ணயிக்கும் மனோபாவமும் முறையும் ஓரளவுக்கு எமது தத்துவ – இலக்கிய மரபில் வேரூன்றியுள்ளன என்றே கூறவேண்டும். நன்மை – தீமை, சிவம் – அவம், தர்மம் – அதர்மம், செந்தமிழ் – கொடுந்தமிழ், உயர்ந்தோர் – இழிந்தோர் என்பன போன்ற பாகுபாட்டின் அடிப்படையிலேயே மேற்கூறிய ஒப்பீடும் அமைந்துள்ளது. இத்தகைய பொருட் பாகுபாடுகள் உலகிலே இல்லாமலில்லை. ஆனால் இலக்கியத்தைக், குறிப்பாகக் கவிதையை அவ்வாறு 'நல்லது' 'கெட்டது' என்று வெட்டொன்று துண்டு இரண்டாய்க் கூறிவிடுதல் இயலாது. அது திறனாய்வின் பண்பும் பயனும் அல்ல. காவியத்திலும் புராணத்திலும் முரண்பாடு கருத்து மட்டத்தில் இருப்பதால் தர்மத்துக்கும் அதர்மத்துக்கும் போராட்டம் நிகழ்ந்து இறுதியில் தர்மம் நியதிப்படி வெற்றியடைவதால் பாத்திரங்களையேனும் நல்லது கெட்டது என்ற வரையறைக்குள் வைத்து அளக்கலாம். ஆனால் வகுப்பறையில் மொழித்திறனை ஆராயவும் உணர்வினைச் செம்மைப் படுத்தவும் மாணாக்கருக்குப் பயிற்றும் வேளையில் முடிந்த முடிபாக அபிப்பிராயம் கூறுவதல்ல முக்கியம். ஆய்வு முறைகளைக் கூர்மைப்படுத்துவதே ஏற்ற செயலாகும்.

முந்திய கட்டுரையிலே கவிதை வகைகளைப் பற்றியும் இலக்கியக் கொள்கைகளைப் பற்றியும் குறிப்பிட்டேன். அவற்றை நேரடியாக மாணாக்கருக்குக் கற்பிக்காவிடினும் ஆசிரியர்கள் அவற்றின் பிரதான கூறுகளை அளவறிந்து ஊட்டவும் பண்பியப் பொதுமையோடு சேர்த்துப் பார்க்கவும் அவை உதவும். அது போலவே திறனாய்வு வகைகளைப் பற்றியும் கொள்கைகளைப் பற்றியும் தெரிந்திருத்தல் விரும்பத்தக்கதே. வகுப்பிலே நடைமுறைத் திறனாய்வே செய்யக்கூடியதொன்றாயினும் அதன் பரப்பையும் எல்லைகளையும் அறியவேண்டியது அவசியமாகும். எம்மவரிற் சிலர் கொள்கை என்றதும் உள்ளங்குலைவற்று ஒடுங்கிவிடுகின்றனர். அன்றாடப் பிரச்சினைகளுக்குக் கொள்கை விளக்கம் அநாவசியம் என்றெண்ணுகின்றனர். இது எமது கல்வியின் குறைபாடுகளில் ஒன்று என்றே கூறவேண்டும். பாரதியைப் பற்றி எமது நாட்டுக் கவிஞர் முருகையன் பாடிய கவிதை யொன்றில்,

> **சாதா ரணமான சம்பவங் கள்கூடத் தத்துவத்தை**
> **ஆதார மாக்கி அமைந்து கிடத்தல் அதிசயந்தான்**

என்ற உண்மையைத் தெளிவுறுத்தியுள்ளார். ஓரளவு எளிமைப் படுத்திக் கூறுவதானால், கொள்கை என்பது ஒன்றனைப் பற்றிய காரணகாரிய விளக்கம் எனலாம். கொள்கைக்கும் தத்துவத்துக்கும் அஞ்சுபவர் தமது சொந்த நிழலைக் கண்டு பயப்படுபவர் ஆவர்.

மேனாட்டு இலக்கியத் திறனாய்வு வரலாற்றாசிரியர் சிலர் நான்கு அணுகுநெறிகள் உண்டென்று கூறுவர். ஏபிரம்ஸ் என்பவர் (Meyer Abrams) அந்நான்கையும் பின்வருமாறு விளக்கியுள்ளார்:

1. அநுகரணக் கொள்கை

அநுகரணம் என்றால் ஒன்றுபோல் செய்தல். மேனாட்டுத் திறனாய்வாளர் இக்கொள்கையைப் பண்டைக் கிரேக்க சிந்தனையாளரான பிளேட்டோ, அரிஸ்தோத்தில் முதலியோர் காலமுதல் அறிந்திருக்கின்றனர். இக்கொள்கையின்படி, கலை இலக்கியம் மனிதனால் நகல்களாகச் செய்யப்படுவன. ஒரு நிகழ்வைப் பின்பற்றி அதுபோல அமைக்கப்பட்டதே நாடகம் என்றார் அரிஸ்தோத்தில். பிரபஞ்சம் மூலம்; கலை இலக்கியம் அதிலிருந்து பிரதிசெய்யப்பட்டது என்பது இக்கொள்கையின் அடிப்படையாகும். எனினும் இதனை மிகைப்படுத்திக் கூறுதல் தவறு. ஏனெனில் அரிஸ்தோத்தில் போன்றோர் அநுகரணம் என்பது கேவலம் வெறும் பிரதிசெய்யும் முயற்சி எனக் கருதினார் அல்லர். பிரபஞ்சத்தில் காண்பவற்றிலிருந்து வேண்டியவற்றைத் தெரிந்தெடுத்து அவற்றுக்கு இன்றியமையாத உருவத்தை இலக்கியக் கர்த்தா அளிக்கிறான் என்பதே அவர்கள் கருத்தாகும்.

இது மெலெழுந்தவாரியாகப் பார்க்கும்போது இலக்கிய ஆக்கம் சம்பந்தமான கொள்கையாய்த் தோன்றக்கூடும். ஆனால் ஒரு இலக்கியப் படைப்பை எடைபோடுவதற்குரிய வரைவிலக்கணம் என்பது நுனித்து நோக்குவோர்க்குப் புலனாகும். இவ்வரைவிலக்கணம் சரியா பிழையா என்பதல்ல நாம் கவனிக்க வேண்டியது. இத்தகைய எண்ணத்தின் அடிப்படையில் திறனாய்வு செய்யப்படுகிறதா இல்லையா என்று அவதானிக்க வேண்டும்.

பாலைத் திணைப் பாடல் ஒன்றைப் படிப்பிக்கிறோம். காதலனோடு உடன்போகிய தலைமகளை நினைந்து தாய் வருந்துகிறாள். நாம் என்ன செய்கிறோம்? 'தாயின் மனநிலையைத் தத்ரூபமாகக் கவிஞர் சித்திரித்துள்ளார்' என்று கூறுகிறோம். அதைச் சான்றுகள் காட்டி நிரூபிக்க முற்படுகின்றோம். அல்லது வேந்தனார் இயற்றிய "அம்மாவின் அன்பு" என்ற பாடலைப் படிப்பிக்க நேர்ந்தால் அக்குழந்தைப் பாடலில் தாயன்பு இயற்கையில் உள்ளவாறே கூறப்பட்டிருக்கிறது என்று கருத்துரைப்போம். அநுகரணம் என்ற கருத்திற் கூறாவிடினும் தண்டியலங்காரத்திலே தன்மை நவிற்சி இத்தகைய சித்திரிப்பையே குறிக்கிறது எனலாம்.

கவிதையிலும் பார்க்க, நாடகம் சிறுகதை நாவல் ஆகியவற்றிலே நாம் அறிந்தோ அறியாமலோ அநுகரணக் கொள்கையைக்

கொண்டே பாத்திரங்கள், சம்பவங்கள் என்பனவற்றை மதிப்பிடுகிறோம். நாடகத்திலே சந்திரமதி புலம்பலை நாம் சிலாகித்துப் பேசும்பொழுது அது பெண்ணொருத்தியின் இயல்பான சோக வெளிப்பாடாக அமைந்துள்ளது என்றுதானே ஏற்றுக்கொள்கின்றோம்? இவற்றையெல்லாம் கவனிக்கும்போது கவிஞன் அநுகரண சக்தி உடையவன் என்பதும் பிரபஞ்சத்துக்கும் இலக்கியத்துக்கும் உள்ள தொடர்பு அசலுக்கும் நகலுக்கும் உள்ள தொடர்பை ஒத்தது என்பதும் ஓரளவுக்கு ஏற்புடையதாய்த் தோன்றுகிறது அல்லவா?

இன்னுமொன்று. கவிதையைப் பற்றி நாம் உரையாடும்பொழுது அதனைச் சில வேளைகளில் ஓவியத்துடன் ஒப்பிட்டுக் கருத்துத் தெரிவிக்கிறோம். 'சொல்லோவியம்,' 'சொற்சித்திரம்' என்று சில கவிதைகளைக் குறிப்பிடுகிறோம். "அக்காட்சியை அழியா ஓவியமாகக் கவிஞன் தீட்டியுள்ளான்" என்கிறோம். புதுமைப் பித்தன் தனது சிறுகதை ஒன்றுக்கு 'மனக்குகை ஓவியங்கள்' எனப் பெயரிட்டிருக்கிறார். பி.ஸ்ரீ., கம்பராமாயணக் காட்சிகளைச் *கம்பசித்திரம்*, *சித்திர ராமாயணம்* என்ற தலைப்புக்களில் எடுத்து விளக்கியிருக்கிறார். இவற்றைவிட ஜனரஞ்சகமான முறையில் கி.வா. ஜகந்நாதன் *சங்க நூற் காட்சிகள்* என்னும் பெயரில் வரிசையாகப் பல நூல்கள் வெளியிட்டிருக்கிறார். இவை எல்லாம் வெவ்வேறு அளவில் அநுகரணக் கொள்கைவழி நின்று இலக்கியத்தை அணுகியதன் விளைவுகளே. *குறிஞ்சிக் கலி வழித்துணை விளக்கம்* என்னும் நூலிலே மார்க்க பந்து சர்மா விவரணக் கவிதைகள் பற்றிக் குறிப்பிடுகையில் 'சொல்லால் இயன்ற சித்திரங்கள்' சிலவற்றைக் காட்டியுள்ளார். இவர்களுக் கெல்லாம் முற்பட்ட இலக்கிய ஆய்வாளர் ஒருவர் நூலிருந்து ஓர் உதாரணம் காட்டுகிறேன். இந்நூற்றாண்டின் தொடக்கத்திலே (1903) மறைமலையடிகள் சென்னைக் கிறிஸ்துவ கல்லூரியில் தமிழாசிரியராய் இருந்து பழந்தமிழ் இலக்கியங்களைக் கற்பித்த போது முல்லைப் பாட்டுக்கு ஆராய்ச்சியுரையொன்று இயற்றினார். அந்நூலிலே 'பழந் தமிழ்ப் பாட்டின் சிறப்பியல்பு' என்னும் பகுதியில் அவர், "பழந் தமிழ்ப் புலவர்களெல்லாரும் உலக இயற்கையின் அழகின் வழியே தமதறிவினைப் பொருந்த வைத்துத் தம் நினைவினை" இயற்கைத் திறம் பிறழாமல் பாட்டுப் பாடினர் என்று பொதுவாகக் கூறிவிட்டு, 'முளி தயிர் பிசைந்த காந்தள் மெல் விரல்' என்று தொடங்கும் பாடலை (குறுந்தொகை 167), உதாரணச் செய்யுளாகக் காட்டி விளக்கிய பின் இறுதியில் மேல்வருமாறு முடிக்கிறார்.

> உள்ளமுவக்கும் முல்லை நிலத்திற் கணவனும்
> மனைவியும் நேயமாய் மருவி வாழும் இயற்கை

> இப்பாட்டின்கண் ஓவியம் எழுதிக் காட்டினாற்போல் எவ்வளவு உண்மையாகவும் இனிதாகவுஞ் சொல்லப்பட்டிருக்கிறது!... இன்னும் பண்டைக் காலத்துத் தமிழ்ப் புலவர் உலக இயற்கைப் பொருள்களை ஆங்காங்குத் திரிந்து கண்டு பெருங் களிப்பும் பெருகிய மனவெழுச்சியும் உடையராய், வருத்தமின்றி இனிதாகப் பாட்டுகள் பாடினார் என்பது அவர் தாம் விரித்துச் சொல்லும் பொருள் களுக்கு எடுத்துக்காட்டும் உவமைகளால் நன்கு புலனாகும்.

மறைமலையடிகள் கவிதையை நோக்கியமுறை இதனாற் புலனாகும். இயற்கையை இயற்கைக்காக வருணிக்கும் இலக்கிய நெறி சான்றோர் செய்யுள்களில் இல்லையாயினும், அக்காலப் புலவர் இயற்கை உலகினைத் தமது பாக்களுக்கு இன்றியமையாப் பின்னிணியாகக் கொண்டு பாடினர். 'இயற்கையோடியைந்த வாழ்க்கை' என்று இக்காலத்தவர் வியந்து பாராட்டும் வகையில் 'உலக இயற்கைக்கும் மக்களியற்கைக்கும் உள்ள பொருத்தம்,' நெருங்கிய பிணைப்பு ஆகியன அவர்தம் பாக்களில் புனைந்து கூறப்பட்டிருக்கின்றன. இயற்கையையும் மனித ஒழுகலாற்றையும் வகைப்படுத்தும் கவிதைகள் தவிர்க்க இயலாதவாறு விவரணப் பண்பைப் பெற்றுவிடுகின்றன. முதற் பொருள் என்ற பாகுபாட்டில் இடம், காலம் என்ற இரு மூலப் பொருள்களையும் கருப்பொருள் என்ற பாகுபாட்டில் மனித வாழ்க்கையுடன் தொடர்புடைய ஏனைய சூழற் பொருள்களையும் இலக்கணச் சுத்தமாக வகுத்தமைத்து அவற்றின் நடுவே வாழ்க்கை நிகழ்ச்சிகளைச் சித்திரிக்கும்பொழுது "இன்ன இடத்தில் இவை இவை நிகழ்ந்தன என்று விவரிக்கும்" கவிதைகள் தோன்றுவது இயல்பே. அகநானூற்றிலே (5) பாலை பாடிய பெருங்கடுங்கோ 'ஓவச் செய்தி' என்ற தொடரை ஆண்டுள்ளார். மேற்கூறிய கொள்கை விளக்கத்துக்கு அது இடந்தருதல் கண்டு இன்புறத்தக்கது.

2. பயன்வழிக் கொள்கை

இலக்கியக் கொள்கைகளை விவரிக்கையில் அறவியற் கொள்கையைப் பற்றியும் நோக்குக் கொள்கையைப் பற்றியும் குறிப்பிட்டேனல்லவா? இங்குக் குறிப்பிடும் பயன்வழிக் கொள்கை அவற்றுடன் பெரிதும் ஒப்புமையுடையது. இக்கொள்கை இலக்கியத்தைப் படிப்போருக்கு உண்டாகும் விளைவுகளைச் சிறப்பாக வற்புறுத்துகிறது. அதாவது ஓர் இலக்கியத்தைப் படிப்பவருக்கு என்ன பயன் விளைகிறது என்பதை அளவு

கோலாகக் கொண்டு அதன் இயல்புகளும் பண்புகளும் ஆராயப்படுகின்றன. அறவியற் கொள்கை நல்லொழுக்கத்தைப் போதிப்பதையே பிரதானமாகக் கருதியது.

பயன்வழிக் கொள்கைத் திறனாய்வாளன் இலக்கியத்தின் பயன்களையே விரிவாகவும் நுணுக்கமாகவும் கவனத்திற் கொள்கிறான். இந்தியக் கலை மரபிலே பிரயோசனம் என்ற பதம் பயன்பாட்டைக் குறித்து நிற்கிறது. **பயன்** என்ற சொல்லே தமிழ் நூல்களிற் பெருவழக்காய்ப் பயின்று வருவது. ஐரோப்பாவிலே மத்திய காலத்தில் கிறிஸ்துவ இறைமை நூல் மிகுந்த செல்வாக்குடன் விளங்கியபொழுது நூல்கள் பயன்வழிக் கொள்கையின் அடிப்படையிலேயே திறனாயப்பட்டன; மதிக்கப்பட்டன. பாரமார்த்திக நோக்கு வாழ்க்கை முழுவதையும் ஊடுருவி நிற்கும் சூழலில் இக்கொள்கையே இலக்கியத்தின் உரைகல்லாக இருக்கிறது. தமிழில் இந்நோக்கிற்குச் சிறந்த உதாரணமாக நம்மெல்லோருக்கும் நன்கு தெரிந்த மேற்கோள் பகுதியொன்றைக் காட்ட விரும்புகிறேன்:

> ... சிவாநுபூதிமானாகிய குன்றத்தூர்ச் சேக்கிழார் நாயனார், தமிழுலகம் உய்தற்பொருட்டு, திருத்தொண்டர் புராணம் எனப் பெயர் தந்து விரித்தருளிச் செய்தார். இப்புராணம் தன்னை ஓதல் கேட்டல் செய்வார்க்குச் சிவனடியார்களது அத்தியற்புத பத்தித் திறத்தையும் அவர்கட்கு எளிவந்த சிவனது அத்தியற்புதப் பிரசாதத்தையும் உணர்த்தி, அவர் நெஞ்சை அழலிடைப்பட்ட மெழுகுபோலக் கசிந்துருகச் செய்தலிற் றனக்கு உயர்வொப்பின்றி விளங்கும் பெருமையுடைமை பற்றி, பெரியபுராணம் எனவும் பெயர் பெற்றது. இப்பெரியபுராணமானது... தன்னை அத்தியந்த ஆசையுடன் ஓதுவோர்க்கும் கேட்போர்க்கும் பக்தி வைராக்கிய ஞானங்களைப் பயக்குங் கருவியாய் இருத்தலானும்... சைவர்கள் யாவரும் ஒருதலையாகக் கற்றுணரவேண்டும் நூலாம்.

பெரியபுராணத்துக்குத் தாம் எழுதிய உபோற்காதத்திலே ஆறுமுக நாவலர் மேற்கண்டவாறு எழுதியுள்ளார். தமிழுலகம் – உய்தல் – ஓதல் – கேட்டல் செய்வார் – நெஞ்சு கசிந்துருக – பக்தி வைராக்கிய ஞானம் – பயக்குங்கருவி என்பனவே இம்மேற்கோளில் மிக முக்கியமான சொற்றொடர்கள்; பயன்வழிக் கொள்கையை அப்பட்டமாய் அவை எடுத்துரைக்கின்றன.

இந்நாட்களில் பெரியபுராணத்தை 'இலக்கியம்' என்ற வகையில் நாம் அணுகுகிறோம்; ஆராய்கிறோம். உயர் வகுப்பு களில் தமிழ் இலக்கியப் பாடநூற் பகுதிகளாக அந்நூலிலிருந்து செய்யுள்கள் சேர்க்கப்படுகின்றன. சேக்கிழார் கவிநயம் பற்றியெல்லாம் கட்டுரைகள் எழுதப்படுகின்றன. பெரியபுராணம் தமிழர்தம் தேசீய இலக்கியம் என்று வாதிட்டு நூலொன்றும் எழுதியிருக்கிறார் அ.ச. ஞானசம்பந்தன். இவை காலத்தை யொட்டிய விளைவுகளே. ஆயினும் மிகச் சமீப காலம்வரை எம்மவர்கள் பெரியபுராணத்தை எவ்வாறு நோக்கினர் என்பதற்கும் அதனை ஓதுவோர்க்கும் கேட்போர்க்கும் எத்தகைய பயன் கிடைக்கும் என நம்பினார்கள் என்பதற்கும் நாவலரது கூற்று நல்ல சான்றாகும். அதே சமயத்தில் பயன்வழிக் கொள்கை எவ்வாறு நூலாய்வில் தலையாய பங்கு வகித்தது என்பதையும் நாம் தெளிவாக அறிந்துகொள்ளக் கூடியதாயுள்ளது.

ஓர் இலக்கியப் படைப்பிற்கு அழகு இன்றியமை யாதது என்பதை மேனாட்டு இலக்கியக் கொள்கையாளர் (முற்காலத்திலுங்கூட) வற்புறுத்திய அளவுக்கு எமது நூலோர் திருத்தமாகக் கூறவில்லை. ஆயினும் அழகு, வனப்பு முதலிய சொற்கள் நூலாக்கம் பற்றிய வரைவிலக்கணங்களில் இடம் பெறுவதைத் தொல்காப்பியம், நன்னூல் முதலாய நூல்களிற் காணலாம். உதாரணமாக, நூலுக்கு எழிலூட்டும் அழகு பத்து என்பர் பவணந்தியார். அதைப் போலவே அறம் பொருள் இன்பம் வீடு ஆகிய நான்கு புருஷார்த்தங்களையும் அடைவது நூலால் அடையும் பிரயோசனம் என்று நூற்பயன் கூறுவர்.

இதுபற்றித் தொல்காப்பியர் கூறியிருப்பன எமது கவனத்திற் குரியவை. முப்பத்துநான்கு உறுப்புக்களால் அமைக்கப்படுவது செய்யுள் என்று கூறிய தொல்காப்பியர், அவற்றுள் ஒன்றாகப் பயனை வைத்தார். பேராசிரியர் இரத்தினச் சுருக்கமாய் உரை கூறியிருக்கிறார்; "பயனென்பது சொல்லிய பொருளாற் பிரிதொன்று பயப்பச் செய்தல்". செய்யுளியல் முதற்சூத்திரத்திலே உறுப்புக்களை வரிசைப்படுத்திவிட்டுப் பின்னர் (சூ. 515) பயன் என்னும் உறுப்பைத் தனியே விவரிக்கையில்,

> **இது நனி பயக்கு மிதனா னென்னுந்**
> **தொகைநிலைக் கிளவி பயனெனப் படுமே**

என்றார். 'இது மிகவும் பயக்கும் இதனால் எனத் தொகுத்துச் சொல்லப்படும் பொருள் பயன் என்னும் உறுப்பாம்' என்று விளக்கியுள்ளார் பேராசிரியர். அவயவிக் கொள்கையின் சிறப்பியல்பிற்கேற்ப, செய்யுளுக்கு இன்றியமையாதனவாம்

இருபத்தாறு உறுப்புக்களில் ஒன்றாகப் **பயன்** தொல்காப்பியத்திற் கூறப்பட்டுள்ளமை மனங்கொளத்தக்கது. பிற்காலங்களில் அச்சமநிலையும் ஒருங்கிசைவும் கெட்டு, பயன் அத்தியந்த முக்கியத்துவம் பெற்றது. அதன் செல்வாக்கு இன்றுவரை எமது இலக்கியக் கல்வியில் மறையாது நீடித்திருக்கிறது என்பதைக் காண அதிகநேரம் செல்லாது. பள்ளிக்கூடங்களில் இலக்கியப் பாடம் நடத்துவதற்காகத் தயாரிக்கப்பட்டுவரும் பாடப் புத்தங்களை நோக்குவோர்க்கு இவ்வுண்மை புலனாகமாற் போகாது.

3. வெளிப்பாட்டுக் கொள்கை

எமது இலக்கிய உலகிலே கடந்த பல வருடங்களாக மிகுந்த செல்வாக்குடன் விளங்கும் திறனாய்வுக் கொள்கை இதுவெனலாம். உணர்ச்சிக் கொள்கை, அழகியற் கொள்கை என்பனவற்றை ஓரளவு கண்டுள்ளோம். அவற்றுக்கும் வெளிப்பாட்டுக் கொள்கைக்கும் உள்ளார்ந்த உறவுண்டு. இலக்கியக் கர்த்தாவின் கற்பனை, மனோதர்மம், ஆளுமை முதலியனவெல்லாம் துலக்கமாக வெளிப்படுவதே இலக்கியத்தின் சிறப்பியல்பு என்பது இக்கொள்கையின் சாரமாகும். முந்தைய அத்தியாயத்திலே நான் குறிப்பிட்ட இரு போலி நியாயங்களையும் இங்கு நினைவுகூர்தல் நன்று. அவற்றை விரிக்கிற் கூறியது கூறலாகும். சுருக்கமாகக் கூறுவதானால் இத்திறனாய்வு முறையிலே இலக்கியத்தினும் இலக்கியக் கர்த்தாவே கூடுதலான கவனத்தைப் பெறுகின்றான். ஓர் உதாரணம் பார்ப்போம்.

> கீரர் நம்மையும் சிறுவர்கள் என்று கருதினார் போலும்! நம்மை ஏமாற்றுதற்கென்றோ இப்பாட்டை வியப்புத் தோன்றும் முறையில் – அச்சம் தரும் முறையில் – தொடங்குகின்றார். நம்மை ஏமாற்ற நினைத்திருந்தால் அவரே ஏமாந்தவராவர். இந்த மருட்டும் உருட்டும் நம்மிடம் செல்லுமோ? இறைவனை மருட்டியவாறு நம்மையும் மருட்டவோ நினைத்தார்!......
>
> நக்கீரர் தொடக்கத்திலேயே இவ்வுணர்ச்சித் துறையில் இறங்குகின்றார்... நக்கீரரோ, இவ்வுணர்ச்சிகளைக் கையாள்வதில் மிக வல்லவர்! ஏனைய புலவர் தம்மினும் திறம் பெற்றவர்......
>
> இவற்றையெல்லாம் கருதியோ கீரர் இத்தொடக்கத்தை அமைத்தார்? இவையெல்லாம் புனைந்துரை ஆவனவோ, அல்லால் வேண்டாதன புகுத்தி

வலிந்து உரை கொண்டனவாகுமோ? மேற்கூறிய பொருள்களை எல்லாம் இத்தொடக்கமே உணர்த்த வேண்டுமென்பது நக்கீரர் எண்ணமா? அவர் எண்ணம் இதுவே என்பதை எப்படிக் காண்பது?

கீரர் சொற்களுக்கு விடுதலையளித்ததோடு அமைந்திலர்; அவற்றைச் சோம்பித் திரியவிடார்; அவற்றிற்கு ஓய்வு சிறிதும் கொடார் அவற்றை வேலை வாங்குவதில் கீரர் மிக வல்லுநர்... இவர் கணக்காயனார் மகனார் அல்லரோ?

நீண்ட பகுதியை இங்கு மேற்கோளாகக் காட்டுவதற்குக் காரணம் இல்லாமலில்லை. வெளிப்பாட்டுக் கொள்கை வழிநின்று தற்காலத்தில் இலக்கியத் திறனாய்வு செய்யும் சுவைஞர்களில் ஒருவர் இராவ்சாகேப் கு. கோதண்டபாணிப் பிள்ளை. அவர் எழுதிய *நெடுநல்வாடை – பாதலன்* என்னும் நூலிலிருந்து இப்பகுதி எடுக்கப்பட்டுள்ளது. நெடுநல்வாடை என்ற சங்கப் பனுவலை நக்கீரரது ஆளுமையின் – தனியாற்றலின் – வெளிப்பாடாகப் பிள்ளையவர்கள் கண்டுகாட்ட முயல்வதை இப்பகுதியிற் காணலாம். நூல் முழுவதும் இத்தோரணையிலேயே தனது பாராட்டை வெளிப்படுத்தியிருக்கிறார். வெளிப்பாட்டுக் கொள்கை வழிநின்று இலக்கியத்தை இரசிப்பவர், "புவவர் திறன் என்னே! என்னே!" என எக்களித்துக் கூறுவதைச் சாதாரணமாய்க் காணலாம்.

பொதுவாகக் கூறுவதானால், இத்தகைய திறனாய்வு, குற்றத்தை விட்டுக் குணத்தையே விதந்துகாட்டும் பாராட்டுமுறைத் திறனாய்வைப் பெரிதும் ஒத்தது. 'ஒரு மனிதனது ஆளுமையின் பிரதிபலிப்பே நடை' என்ற கூற்று இக்கொள்கையின் வெளிப்பாடேயாகும். இதைச் சற்றுப் பின்னர் கவனிப்போம். இன்னொரு விதத்திற் கூற வேண்டுமாயின் வெளிப்பாட்டுக் கொள்கையினடியாகப் பிறக்கும் திறனாய்வு அகநிலைப்பட்டது (subjective) ஆகும். புகழேந்திப் புலவரின் பாடலைத் திறனாயத் தொடங்கி, நடைமுறையில் தனது விருப்புவெறுப்புகளின் அடிப்படையில் தன்னைப் பற்றி ஒருவர் கூறுவதாகவும் இத்தகைய திறனாய்வு முடிந்துவிடுகிறது. பழந்தமிழ்ப் பாடல்களை டி.கே.சி. நயந்து உரைக்கும்பொழுது கேட்போருக்குக் குதூகலத்தைக் கொடுப்பது அப்பாடல்களா அல்லது டி.கே. சி.யின் விளக்கங்களும் இடைக்கூற்றுக்களும் பாடல்களை அவர் முன்னிலைப்படுத்தி நாடகத் தன்மையுடன் அறிமுகப்படுத்தும் முறையுமா என்பது விவாதத்திற்குரியதாகும். வகுப்பறைப் பயிற்சி முறைக்கு இத்தகைய ஆய்வு ஒவ்வாதது.

4. புறநிலைக் கொள்கை

ஆங்கிலத்திலே *'objective'* என வழங்கும் சொல்லைத் தமிழிலே 'புறநிலைக்குரிய', 'புறநிலைப்பட்ட', 'விடயத்துக்குரிய' என்றெல்லாம் தத்தம் தேவைக்கேற்பப் பலரும் மொழிபெயர்த்துள்ளனர். சற்று முன் நான் குறிப்பிட்ட அகநிலைத் திறனாய்வுக்கு மறுதலைப் பண்பு வாய்ந்ததே புறநிலைக் கொள்கை சார்ந்த திறனாய்வாகும். அகநிலைக்குரிய தென்பதை விடயிக்குரிய தென்றும் வழங்குவர். புறநிலைக்குரியதை விடயத்துக்குரியதென்பர்.

இவ்விடத்தில் விடயக்கொள்கை *(objective theory)* என்றே நாம் குறிப்போம். ஏனெனில் விடயக் கொள்கையின் பிரதான அம்சம் எடுத்துக்கொண்ட படைப்பையே அதாவது பொருளையே அறிந்து தெளியவேண்டிய தொன்றாய்க் கொள்வதாகும். 'விடயம்' என்று இங்கு நாம் சொல்லும்பொழுது புலனால் அறியும் பொருள், நூல் நுதலிய பொருள் என்பனவற்றையே கருதுகிறோம். இதனை மனத்திலிருத்துவது நல்லது. ஏனெனில் நூல் நுதலிய பொருள் ஒருமுகப்படுத்தப்பட்ட எமது கவனத்துக்குரியதாய் இருப்பதையே இக்கொள்கை வற்புறுத்துகிறது. உள்நோக்கப் போலி நியாயம், மகிழ்ச்சி தருகின்ற போலி நியாயம் ஆகியவற்றின் விளைவுகளைப் பற்றி நான் கூறியவற்றை இச்சந்தர்ப்பத்தில் நினைவுபடுத்திக்கொள்ளுங்கள்.

விடயக் கொள்கை வழிநின்று மேனாட்டிலே திறனாய்பவரில் ஒருவரான கிளெந்த் புறூக்ஸ், தான் கடைப்பிடிக்கும் முறையின் எடுகோள்களைப் பின்வருமாறு கூறியுள்ளார்:

1. எடுத்துக்கொண்ட பொருளை விளக்கியுரைத்து மதிப்பிடுவதே இலக்கியத் திறனாய்வு ஆகும்.
2. இலக்கிய ஆக்கத்தில் இடம்பெறும் அந்த முழுமை உருவாகியுள்ளதா இல்லையா என்பது பற்றியும், அம்முழுமையை உருவாக்குவதில் உறுப்புக்களுக்கிடையே யுள்ள உறவு பற்றியும் – அதாவது ஒருங்கிசைவு பற்றிய பிரச்சினையே திறனாய்வின் தலையாய அக்கறையாகும்.
3. ஓர் இலக்கியப் படைப்பில் வடிவநிலைத் தொடர்புகள் தருக்கத்துக்குரியவற்றை உள்ளடக்குவனவாயினும் ஐயத்துக்கிடமின்றி அவற்றைக் கடந்தனவாயிருப்பன.
4. நிறைவு பெற்ற ஓர் ஆக்கத்தில் உருவத்தையும் உள்ளடக்கத்தையும் பிரிக்க வியலாது.
5. வடிவமே பொருள்.

6. இறுதியில் இலக்கியம் உருவக வடிவாகவும் குறியீட்டு வடிவாகவும் உள்ளது.

7. பொதுவானதையும் பொதுமையையும் கருத்துப்படிவங் களாக அன்றி, பண்பியாலும் தனிப்பட்டவையாலுமே கிரகித்துக்கொள்ளலாம்.

8. இலக்கியம் மதத்திற்குத் துணைக்குரு அன்று.

9. அலென் டேட் கூறுவது போல "குறிப்பிட்ட ஒழுக்கப் பிரச்சினைகள்" இலக்கியப் பொருளாக அமையுமா யினும் ஒழுக்கத்தை இலக்காகக் குறிப்பது இலக்கியத்தின் நோக்கமன்று.

10. திறனாய்வுத் தத்துவங்கள் இலக்கியத் திறனாய்வுக்குப் பொருத்தமான பரப்பை வரையறை செய்வன; திறனாய்வு முறைமைக்கு உருக்கொடுப்பன அல்ல.

கிளெந்த் புறூக்ஸ் கூறியிருக்கும் இப்பத்தும் அவர் பிரதி நிதித்துவப்படுத்தும் திறனாய்வுக் குழுவினர் வகுத்துக்கொண்டுள்ள கொள்கைக் கூறுகள். இவற்றை மேலும் விளக்க வேண்டிய அவசியமில்லை. ஏனைய கொள்கைகளுக்கும் இக்கொள்கைக்கும் உள்ள வேறுபாடுகளை நீங்களே ஒப்புநோக்கிக் கண்டுகொள்ளலாம்.

புறூக்ஸ் தனது கொள்கைக் கூறுகளை வரையறுத்த வடிவிலும் கண்டிப்புடனும் இனங் குறித்துள்ளார். எனினும் நடைமுறையில் இக்கூறுகளிற் சிலவே முனைப்பாகக் கடைப்பிடிக்கப்படுவன. புறூக்ஸ் போன்றோரது திறனாய்வுகளில் கவிதை, புனைகதை, நாடகம் முதலிய இலக்கியப் படைப்புக்களின் "கட்டமைப்பு" நுணுக்கமாக ஆராயப்படும்; படிமங்களின் அமைதி ஆராயப்படும்; இலக்கியங்களுக்கு உயிர்நாடியாயமைந்த குறியீடுகளின் தாற்பரியம் வெளிப்படுத்தப்படும். இவை பெரும்பாலும் வடிவம் சம்பந்தமானவையே. இது காரணமாக இவர்கள் வடிவக் கோட்பாட்டாளர் எனவும் வழங்கப் பெறுவர். ஆயினும் இன்று வழக்கிலுள்ள திறனாய்வுக் கொள்கைகளுள் இதுவே வகுப்பறைகளில் கைக்கொள்வதற்குச் சாதகமாயுள்ளது எனலாம். ஏனெனில், சுவானுபூதி உடையோரே திறனாய்தல் செய்யலாம் என்ற எண்ணத்துக்கு மாறாக, இலக்கியப் படைப்பு ஒன்றைக் கருத்தூன்றிக் கற்க விரும்பும் எவரும் பயிற்சியினால் திறனாய்வுத் திறனைப் பெற்றுக்கொள்ள முடியும் என்பதே இக்கொள்கையின் முடிபாகும். வாசகரது தனிவிருப்பு, பாவனை, தற்போக்கெண்ணம், திடீர் ஆர்வக் கருத்து என்பன போன்ற முன்னறிந்து கூறமுடியாத – காரணக் கூறுகளைச் சாராமல், ஓரளவு சான்றாதாரங் காட்டத் தக்கனவாயுள்ள வடிவக் கூறுகள், அழகியற் பண்புகள்,

அமைப்பு ஒழுங்கு, இலக்கண அமைதிகள் ஆகியவற்றைத் துணைக்கொண்டு இலக்கியத்தை அணுகுவதற்கு இக்கொள்கை வகைசெய்கிறது. சுருங்கச் சொன்னால் ஒரு கவிதையையோ, உரைநடை யாக்கத்தையோ நடைமுறை அறிவடிப்படை சார்ந்த முறையில் நுனித்து நோக்க இது ஊக்கமளிக்கிறது.

இதுவரை நான் விவரித்த நான்கு திறனாய்வு நெறிகளும் எம்மிடையே வெவ்வேறு அளவிலே நடப்பில் உள்ளன என்பதை நீங்கள் அறிந்திருப்பீர்கள். இவற்றிடையே ஏற்றத்தாழ்வு கற்பிப்பது எனது நோக்கமல்ல. கொள்கைத் தெளிவிற்காகவும் விவரண வசதிக்காகவும் இவற்றைத் தனித்தனியே பார்த்தோம். ஆனால் இவற்றுள் ஒன்றை மாத்திரம் ஏற்புடையதாய்க் கொண்டு நூல்களைத் திறனாய்வோர் இல்லையென்றே கூறிவிடலாம். ஓ'கொனர் என்பார் கூறுவதுபோல, தனித்த வடிவக் கொள்கைத் திறனாய்வாளன்கூடப் பிரபஞ்சத்தையோ, நூலாசிரியனையோ, வாசகர் கூட்டத்தையோ அலட்சியஞ் செய்தல் இயலாது. அதைப் போலவே மகிழ்ச்சி தருகின்ற போலி நியாயம் என்று திறனாய்வாளன் கேலியாய்ப் பேசலாம். ஆனால் தன்னுள்ளத்தைத் தொடாத நூலை வாசகன் நெடிது நாள் இனிது போற்றப் போவதில்லை.

நான்கு வகையான திறனாய்வுக் கொள்கைகளையும் அணுகு நெறிகளையும் நான் மேலே விவரித்ததற்குக் காரணம் இலக்கியங் கற்பிக்கும் ஆசிரியர்கள் தெரிந்தோ தெரியாமலோ இவற்றுள் ஒன்றை அல்லது ஒன்றுக்கு மேற்பட்டவற்றைத் தாமாக ஏற்றுக்கொண்டு இலக்கிய விளக்கம் செய்கின்றனர் என்பதை மனத்திற் பதியவைப்பதற்காகும். ஆசிரியர் தம்மைத்தாமே இனங்கண்டு கொள்வதற்கு மேலே விவரித்த கொள்கை விளக்கங்கள் நிச்சயமாக உதவிசெய்யும். ஆனால் இவற்றை யெல்லாம் அறிந்துகொண்ட பின்னரும் நமது நோக்கம் மாணாக்கரின் சுயஆற்றலைத் தூண்டி வெளிப்படச் செய்வதாகவே இருத்தல் வேண்டும். செய்யுளையோ உடைநடைப் பகுதியையோ தானாக அநுபவித்து அதுபற்றிய ஒரு முடிவுக்கு மாணாக்கன் வருவதே சிறந்த பயிற்சி முறையாக இருக்க முடியும். 'சிறந்த' கவிதையாக நாம் கருதும் ஒன்றை மாணாக்கன் சாதாரணமான தொன்றாகவோ, சிறப்பு எதுவும் அற்றதொன்றாகவோ கருதினாலும் பாதகமில்லை. ஆசிரியரோடு 'ஒத்து ஊதும்' ஒருவனாகவோ அல்லது கிளிப்பிள்ளைபோலக் கூறியதைக் கூறுபவனாகவோ அமையாமல் ஓர் இலக்கியப் படைப்பை அணுகுவானாகில் அதுவே முதலில் பெற்றுக்கொள்ள வேண்டிய மனநிலையாகும். அந்நிலையில் இலக்கியம் அவனோடு தொடர்புடைய ஒன்றாகி விடுகிறது. அதே சமயத்தில் தனது சொந்த முயற்சியால்

அம்மாணாக்கன் கூறிய முடிவுபற்றி ஆசிரியர் உரையாடலாம்; தர்க்கிக்கலாம்; கவனத்திற்கு எடுத்துக்கொள்ளவேண்டிய சில விஷயங்களை விளக்கலாம். ஆனால், "இது கற்பனைக் களஞ்சியம் சிவப்பிரகாச சுவாமிகள் இயற்றிய பாடல்; ஆகையால் இது சிறந்த பாடல்" என்று அதிகார தோரணையிலோ, அல்லது ஆதாரங்கள் காட்டாத இரசனை முறையிலோ அழுத்திக் கூறுவதில் பயனெதுவும் இல்லை. கணிதம் போல் கவிதைக்கும் அதற்குரிய தருக்க நியாயங்கள் உண்டு. தனிச் சொல்லிலிருந்து நீண்ட சொற்றொடர்கள்வரை விளக்கத்திற்கு அப்பாற்பட்டது எதுவுமேயில்லை.

இவ்விடத்திலே நடை (*style*) என்பது பற்றிச் சிறிது கூறுவதன் மூலம் விதிமுறைக்கும் விவரணமுறைக்கும் உள்ள வேறுபாட்டை விளக்கலாம் என எண்ணுகிறேன். இலக்கியங் கற்பிக்கும் ஆசிரியர் பலர் மாணாக்கருக்கு நடை வகையை விளக்கும்பொழுதும் உரைநடை எழுதப் பயிற்றும்பொழுதும் (நாவலர், திரு.வி.க., மறைமலையடிகள் முதலிய) சிற்சில ஆசிரியர்களைக் குறிப்பிட்டு அவர்கள் நடை 'நல்ல' நடை என்றும், அத்தகைய நடை வகை முன்மாதிரியாகக் கொள்ளத்தக்கது என்றும் இடித்துரைப்பதைக் கண்டிருக்கிறோம் அல்லவா? இதுவே விதிமுறை அறிவுறுத்தலாகும். உயர் வகுப்புக்களிற்கூட நடை பற்றிய தெளிவும் விளக்கமும் இல்லாமலிருப்பதைக் காண்கிறோம். ஆனால் நடை என்பதை விவரண முறையில் விளக்கினால் மொழியறிவும் திறனும் மாணாக்கருக்குக் கூடுதலாக விருத்தியடையும் என்பதைப் பலர் உணருவதில்லை.

அண்மையில் மொழியியல் வளர்ச்சியின் ஓர் அம்சமாக நடையியல் (*Stylistics*) என்றொரு ஆய்வுத்துறை முக்கியத்துவம் பெற்று வருகிறது; பல நூல்கள் வெளிவந்திருக்கின்றன. மொழியியலின் ஏனைய பிரிவுகளைப் போலவே நடையியலும் விஞ்ஞான ரீதியான ஆய்வாகப் பரிணமிக்கத் தொடங்கியிருக்கிறது. இவ்விடத்தில் நடையியல் ஆய்வு முறை பற்றிச் சிறிது கூறிவிட்டு, மொழிப்பயிற்சிக்கு அது எத்துணை இன்றியமையாதது என்பதைச் சுட்டிக்காட்டுவேன்.

தமிழ் மலர் ஒன்பதாம் தொகுதியில் முதற் பிரிவிலே 'கட்டுரையியல்' அமைந்துள்ளது. கட்டுரை வகைகள் என்ற தலைப்பில் சிந்தனைக் கட்டுரை முதல் கற்பனைக் கட்டுரை ஈறாக எட்டு வகைக் கட்டுரைகளுக்கு உதாரணங்கள் தரப்பட்டுள்ளன. இவற்றில் நடை பற்றிய விளக்கம் இல்லை என்றே கூறிவிடலாம். 'கட்டுரை வகைகள்' என்னும் கட்டுரையின் முதற் பந்தியிலேயே "ஒரு பொருளைப் பற்றிய பல கருத்துக்களைக் காரணகாரிய

ஒழுங்கமையத் தருக்க முறையிலே அழகும் சுவையுமுடைய நடையிலே தொடர்பாய் எழுதும் உரையே கட்டுரை என்று அறிந்துகொள்க" என்ற 'அறிவர்' கூற்று அமைந்துள்ளது. இதிலே நடை பற்றிய அடைகளையும் அவற்றின் மூலம் உணர்த்தப்படும் செய்தியையும் ஊன்றிக் கவனியுங்கள். 'அழகும் சுவையுமுடைய நடை' என்பதைப் போன்ற தெளிவற்ற மனப்போக்கான விளக்கவுரையைக் காண்பது அரிது. இதனால் மாணாக்கருக்கு நடையைப் பற்றி ஏற்படக்கூடிய விளக்கம் எத்தகையது? 'அழகும் சுவையும்' உடைத்தாயிருத்தல் நடைக்கு இலக்கணமா? அதுவா வரைவிலக்கணம்? இது சிந்திக்க வேண்டியது. 'அழகும் சுவையும்' தற்சார்பான மதிப்பீட்டைக் குறிக்கும் சொற்கள். அவற்றின் பொருள் நன்கு வரையறுக்கப்பட்டதன்று; துல்லியம் அற்றது. இதுபற்றி வேறொரு நூலிலே (கவிதை நயம், பக். 117–118) விரிவாக விளக்கியுள்ளேன்.

இனி, நடை பற்றிய ஆய்வுமுறையைக் கவனிப்போம். சாதாரணமாக 'நடை' என்னும் சொல் நான்கு பொருளில் வழங்கப்படுவதை நாம் அவதானிக்கலாம்.

1. ஒரு மனிதனது மொழிவழக்கில் காணப்படும் சில அம்சங்களை அல்லது அவ்வழக்கிற் காணப்படும் அம்சங்கள் அனைத்தையும் சேர்த்துக் குறிக்கும் சொல்லாக நடை அமைவதுண்டு. புதுமைப்பித்தன் நடை அல்லது சங்கப் புலவர்களின் நடை என்று கூறப்படுவதைக் கேட்டிருப்பீர்கள். சில சந்தர்ப்பங்களில் ஒரு நூலை இயற்றியவர் குறித்துக் கருத்து வேறுபாடு தோன்றும்பொழுது பிரச்சினையைத் தீர்மானிக்கும் ஆற்றலுள்ளதாக நடை குறிப்பிடப்படுவதையும் காண்கின்றோம். தமிழ் இலக்கிய வரலாற்று நூல்களில் திருமுருகாற்றுப்படை, நெடுநல்வாடை ஆகிய இரண்டின் ஆசிரியர்கள் பற்றியும் கருத்து வேறுபாடுகள் உண்டு. கால ஆராய்ச்சியின் ஓர் அம்சமாக இவ்விவாதம் அமைந்துள்ளது. மேல்வரும் வாதத்தை நோக்குவோம்.

இதன்கண்ணுள்ள ஒவ்வொரு சொல்லும் (காளத்தி, ஈசன் என்பன தவிர) சங்கச் செய்யுட்களிற் காணக் கூடியனவே. எனினும் இதன் நடை வேறு; சங்கச் செய்யுட்களின் நடை வேறு. தமிழ் நடையைக் கூர்ந்து ஆராய்வோர் இது பிற்பட்ட நடையென எளிதிற் கூறிவிடுவர் ... மேற்காட்டிய காரணங்கள் 11ஆம் திருமுறையிலுள்ள அந்தாதி முதலிய நூல்கள் சங்க காலத்திற்குப் பிற்பட்டன வென்பதையும், **இவற்றை இயற்றிய நக்கீர தேவநாயனார் சங்கப் புலவராகிய நக்கீரர் அல்லரென்பதையும்**

தெளிவிக்கப் போதியவை . . . முருகாற்றுப் படை இயற்றிய நக்கீரர் மிக முற்பட்டவராக இருக்க வேண்டும் என்பது ஆற்றுப்படையின் நடையை நோக்கிய அளவிலே எளிதில் ஊகிக்கத்தகும்." *(தடித்த எழுத்துக்கள் எம்மாலிடப்பட்டவை. எஸ். வையாபுரிப் பிள்ளை, இலக்கிய தீபம், பக். 26–29.)*

இம்மேற்கோளில் நடையின் அடிப்படையிலே இரு நூல்களின் ஆசிரியர்கள் வெவ்வேறானவர்கள் என்று வாதிக்கப் படுவதைக் காணலாம். அதாவது நடை ஒரு மனிதனது ஆளுமையைக் காட்டுகிறது என்னும் எண்ணம் இவ்வாதத்துக்கு ஆதாரமாயுள்ளது. ஒருவரது நடையிலேயே காலத்துக்குக் காலம் வேறுபாடு தோன்றக்கூடுமாகையால் சரிநுட்பமாகக் கூற வேண்டுமாயின் காலவரையறை செய்வதும் தவிர்க்க முடியாததாகிறது. உதாரணமாக உ.வே. சாமிநாத ஐயர் தொடக்கத்தில் எழுதிய தமிழுக்கும் பிற்காலத்தில் எழுதியதற்கும் நிரம்பிய வேறுபாடுண்டு. (இது இயல்பாக ஏற்பட்டிருக்கலாம். ஆனால் 'நடை' வேறுபாட்டை ஆதாரமாகக் கொள்ளும் சிலர், சாமிநாத ஐயரின் வயோதிக காலத்தில் அவரது உதவியாளர்கள் அவருக்காக எழுதியிருக்கலாம் என்று உய்த்துணர்வர்.) இத்தகைய சிக்கல்கள் பல தோன்றுவதால் தனி ஒருவரது 'நடை' எனக் குறிப்பிடும் பொழுது அவருக்கே சிறப்பானது – தனியுரிமையான – சொல்லமைதிகளையே பொதுவாகக் கருதுவர். உதாரணமாக டி.கே.சி. 'பாஷையில்க் கற்று', 'காதல்க் கவிகள்', 'தொழிலில்ப் பிரவேசித்து,' 'உருவத்தில்த் தோன்றி' என்றெல்லாம் சந்தி விகாரங்களுடன் எழுதியுள்ளார். வருமொழி வல்லெழுத்தை மிகுத்து எழுதும் இப்பழக்கத்தை டி.கே.சி.யின் தனித்தன்மையான மொழியாட்சிப் பழக்கம் – *language habit* – என்று கூறலாம்.

2. தனியொருவரைக் குறித்துக் கூறுவதைப் போலவே ஒவ்வொரு காலப் பகுதியில் ஒவ்வொரு துறையைச் சார்ந்த மக்கட் கூட்டத்தினருக்குப் பொதுவாக அமைந்த மொழி வழக்குகளையும் நடை என்ற சொல்லால் குறிப்பதுண்டு. சங்கச் சான்றோர் நடை எனவும், பல்லவர் காலப் புலவர்கள் நடை எனவும், மறுமலர்ச்சி நடை எனவும் வழங்குவது இதனைக் காட்டும். அல்லது தி.மு.க. மேடைப் பேச்சுப் 'பாணி' என்பதும் இதனையே குறிக்கும். அல்லது மணிப்பிரவாள நடை எனக் குறிப்பிடும்பொழுது ஒரு குறிப்பிட்ட காலப் பகுதியில் வைணவ ஆசாரிய பரம்பரையில் வந்தவர்கள் எழுதிய வியாக்கியான உரைகளும், குருபரம்பரைப் பிரபாவம் முதலிய நூல்களும் எழுதப்பெற்ற நடையையே நாம் கருதுகிறோம். ஆயினும் இவ்வாறு பொதுப்படையாகக் கூறும்பொழுதும் அவ்வச்

சந்தர்ப்பத்தில் மொழியைக் கையாள்பவர்களுடைய சிற்சில பிரத்தியேகமான பண்புகளையே நாம் கருத்திற் கொள்கிறோம் என்பது மனங்கொள்ளத் தக்கது.

3. பண்பின் அடிப்படையில் அல்லது மதிப்பீட்டு அடிப்படையிலும் நடை என்ற சொல் பயன்படுத்தப்படுவதுண்டு. இப்பிரயோகம் பெரும்பாலும் மனப்போக்கானது ஆகும். சொல்லமைதியை அல்லது செயல் நயத்தையே இப்பிரயோகம் சிறப்பாய்க் குறிக்கிறது என்பதில் ஐயமில்லை. முதலிரு பொருளிலும் ஓரளவு விவரணப் பண்பும் புறநிலை நோக்கும் பொருந்தி யுள்ளன. ஆனால் மதிப்பீட்டு வழக்கில் எமது மனப்பதிவே முக்கியமானதாயுள்ளது. 'சீரிய', 'திருந்திய,' 'நல்ல' முதலிய அடைகளால் ஒரு நடையை நாம் சிறப்பிக்க முற்படுகையில் அது எமது கணிப்பையே பிரதிபலிக்கிறதன்றி, குறிப்பிடப்படும் மொழிவழக்குப் பற்றித் திட்டவட்டமாகத் தெரிந்துகொள்ளக் கூடிய எதனையும் குறிப்பிடவில்லை.

4. மேலே விவரித்த மூன்று பொருளுடனும் பகுதி ஒத்திருப்பது நான்காவது பொருளாகும். இப்பொருளிலேயே 'நடை' என்ற பதம் மிகு பரவலாய் வழங்குகிறது எனலாம். இலக்கிய மொழிவழக்கையே இது குறிப்பதாயுள்ளது, 'மோகன', 'எளிய,' 'சரளமான', 'விழுமிய', 'விறுவிறுப்பான', 'ஆற்றொழுக்கான,' 'அழகான,' 'ரம்மியமான' முதலிய பெயர் அடைகளெல்லாம் இலக்கிய மொழிபற்றி எழுந்தனவே. பன்னெடுங் காலமாகவே இலக்கிய மொழிபற்றித் திறனாய்வாளர் கொண்டிருந்த ஒருசாய்வான அக்கறையை இது காட்டுகிறது. இப்பெயரடைகள் ஓரளவு மதிப்பீட்டுப் பண்பையும் ஓரளவு விவரணப் பண்பையும் உடையன. ஆயினும் இலக்கிய மொழியொன்றையே கவனத்திற்கெடுப்பதால் இப்பிரயோகங்கள் நவீன மொழிவழக்கின் எத்தனையோ பண்புக் கூறுகளைத் தொடுவனவாயில்லை.

முற்கூறிய நான்கு பொருளிலும் முதல் இரண்டுமே விடயச் சார்பான ஆராய்ச்சிக்கு இடந்தருவன. அதாவது, எண்ணற்ற மொழிவழக்குகளிலிருந்து சிலவற்றைப் பிரித்தெடுத்து அவற்றின் சிறப்பியல்புகளை விதந்து கூறும் முறையிலமைந்தவை. உதாரணமாக, 'மோகனமான கவிதை நடை' என்று கூறுமிடத்து, கூறுபவரின் உள்ளக் கிளர்ச்சியும் ஒத்துணர்ச்சியும் புலப்படுகிறதேயன்றி அந்நடை பற்றிய பொருள் வரையறை எதுவும் தெளிவுபடுத்தப்படவில்லை. ஆனால் 'பண்டித நடை' என்றோ 'தனித் தமிழ் நடை' என்றோ 'செந்தமிழ் நடை' என்றோ கூறுமிடத்து அந்நடையைப் பயன்படுத்துவோரின் சமுதாயச் சூழமைவும் சொற்றொகுதியும் ஓரளவு தெளிவாகின்றன.

இவ்விடத்தில் கவிதை வகைகளைப் பற்றி நான் கூறிய வற்றை நினைவுகூர வேண்டுகிறேன். நடை என்ற அளவில் மிகப் பொதுவான சில பண்புகள் இருக்கின்றனவாயினும் வெவ்வேறு வகையான சந்தர்ப்பங்களுக்கும் பொருளுக்கும் வெளிப்பாட்டுச் சாதனங்களுக்கும் ஏற்ப நடையின் பண்பும் பயனும் வேறுபடு கின்றன. வெவ்வேறு வகையான செய்யுள்களுக்கு வெவ்வேறு தனிச் சிறப்பியல்புகள் இருப்பதைப் போல ஒவ்வொரு வகையான 'நடை'க்கும் பல காரணிகள் உள்ளன. அவற்றை உணராவிட்டால் 'அழகும் சுவையுமுடைய' நடையையே தனிச் சிறப்புடைய நடையாக ஆசிரியர்கள் வற்புறுத்த நேரிடும். (கவிதை நடை என்பவற்றில் மட்டும் இப்பிரச்சினை இருப்பதாகக் கருதிவிட முடியாது. பள்ளிக்கூடங்களிலும் கல்லூரிகளிலும் மாணவர் நாடகம் ஆடும்பொழுது பெரும்பாலானோர் இரண்டொரு திரைப்பட நடிகர்களைப் பின்பற்றிப் பேசி நடிப்பது, நடிப்புப் பற்றிய ஒருசாய்வான எண்ணத்தின் விளைவேயாகும். ஒரு குறிப்பிட்டவரின் நடிப்பு 'தனிச் சிறப்பு' வாய்ந்ததாக நம்பப் பட்டதும் அதுவே எல்லோருக்கும் எல்லாச் சந்தர்ப்பங்களுக்கும் ஏற்புடையதாகக் கருதப்படுகிறது.)

குறிப்பிட்ட ஒரு வகை நடையைப் பகுத்து ஆராய்வதற்குப் பின்வரும் வினாக்கள் உதவியாயிருக்கும். செய்யுளோ உரையோ அடிப்படையில் பொருள் குறிப்பனவாயிருத்தல் அவசியம். அவ்வாறு பொருள் உணர்த்தியதோடல்லாது மேலதிகமாக ஓர் ஆக்கம் எத்தகைய செய்திகளைத் தரவல்லதாயுள்ளது என்பதை ஆராய முற்படுவது நடைபற்றிய விளக்கத்துக்கு ஏதுவா யிருக்கும். ஆங்கில மொழியியல் ஆராய்ச்சியாளர் இருவர் பதின்மூன்று வினாக்கள் அத்தகைய ஆய்வுக்கேற்றவை எனக் கூறியிருக்கின்றனர். *(David Crystal and Derek Davy, Investigating English Style)*

1. தனித்தன்மை

சுட்டிக் கூறத்தக்க வகையில், இன்னாருடைய சொற்பிரயோகம் இது என்று கூறும் வகையில் அமைந்திருக்கிறதா? தனிச் சிறப்புக்குரி பண்புகளை இது குறிக்கிறது. மேலே டி.கே.சி.யின் சந்தி விகாரங்களைக் குறிப்பிட்டேனல்லவா? அவை இக்கேள்விக்கு விடையாய் அமைவன.

2. பிரதேச வழக்கு

ஆசிரியன் நாட்டின் எப்பகுதியைச் சேர்ந்தவன் என்பதை எடுத்துக்கொண்ட பகுதி காட்டுகிறதா? வட்டார வழக்குகள் இவ்வினாவால் குறிப்பிடப்படுபவை. பேராசிரியர்

கணபதிப் பிள்ளையின் நாடகங்களைப் படிப்போர் அவர் யாழ்ப்பாணத்தில் வடமராட்சிப் பகுதியைச் சேர்ந்தவர் என்ற கூறிவிட முடியுமல்லவா?

3. சமூக அல்லது வர்க்க வழக்கு

ஆசிரியனது சமூக நிலையை அதாவது அவனது வகுப்பை அல்லது வர்க்கத்தைச் சுட்டுகிறதா? சாதிகளுக்குரிய வழக்குகளும் இதில் அடங்கும். கமலாம்பாள் சரித்திரம் எழுதியவர் பிராமண சமூகத்தைச் சேர்ந்தவர் என்பது எளிதில் கூறக் கூடியதொன்றல்லவா?

4. காலம்

குறிப்பிட்ட ஒரு பகுதியை ஆசிரியன் தமிழ் வரலாற்றில் எக்காலப் பகுதியிலே பேசினான் அல்லது ஆசிரியனது வயது குறிப்பிடக் கூடியதாயுள்ளதா?

5. உரைச்சாதனம் (I)

குறிப்பட்ட பகுதி 'ஆசிரியனால் பேசப்பட்டதா அல்லது எழுதப்பட்டதா?' இவ்வினாவிற்கும் அடுத்துவரும் மூன்று வினாக்களுக்கும் உரிய விடைகள் நெருங்கிய தொடர்புடையவை; உரையின் நான்கு முக்கியப் பிரிவுகள் பற்றியவை. பேச்சுக்கும் எழுத்துக்கும் உள்ள வேறுபாட்டைத் துலக்கும் வகையில் அமைந்த இவ்வினா 'நடை' பற்றிய ஆய்வுக்கு மிக முக்கியமானது. திரு.வி.க.வின் கட்டுரைகள் பல மூலத்தில் சொற்பொழிவுகளே. எனவே அவரது நடையை ஆராயும் ஒருவர் இவ்வினாவை எழுப்பியதுமே பல செய்திகள் துலக்கமடையும்.

6. உரைச்சாதனம் (II)

குறிப்பிட்ட ஒருபகுதியில் ஆசிரியன் பேச்சையோ அல்லது எழுத்தையோ குறிக்கோளாகக் கொண்டிருந்தானா? அல்லது வேறொன்றைக் கருதி அவற்றை ஆக்கினானா? இதற்கு முந்திய வினாவிலும் இது சிக்கல் நிறைந்ததாகும். பிறர் கேட்பதற் கென்றே பேசப்படும் உரையும் பிறர் படிப்பதற்கென்றே எழுதப்படும் உரையும் தம்மளவில் முடிந்த முடிவானவை. ஆனால், சாதனம் மாறும்பொழுது அவை வேறு தன்மையைப் பெற்றுவிடுகின்றன. உதாரணமாக (பிறரால்) எழுதப்படுதற்காகப் பேசப்படும் உரை கேட்பதற்காகப் பேசப்படும் உரையினின்றும் வேறுபட்டதாயிருக்கும். அதைப் போலவே பேசுவதற்காக எழுதப்படும் உரை படிப்பதற்காக எழுதப்படும் உரையினின்றும் வேறுபட்டதாயிருக்கும். எடுத்துக்காட்டாக, வானொலிப் பேச்சைக் குறிப்பிடலாம். அதனை எழுதுகின்றோமாயினும்

பேச்சு வசதிகளை மனங்கொண்டே எழுதிக் கொள்கிறோம். ஒரு காலத்தில் தமிழ்கூறு நல்லுலகிலே சிறந்த 'நடை' உடையவராகக் கருதப்பட்ட ரா.பி. சேதுப் பிள்ளையின் கட்டுரைகளைக் கூர்ந்து கவனிப்போர்க்கு அவை சொற்பொழிவுகளாகவே தோன்றியவை என்பதும், அதனால் அவரது எழுத்தில் இலக்கியப் பேச்சின் இயல்புகளே முனைப்பாயுள்ளன என்பதும் புலனாகும்.

7. உரைப் பாத்திரங்கள் (I)

குறிப்பிட்ட ஓர் உரைப்பகுதியில் ஒருவரது கூற்று அல்லது ஒன்றக்கு மேற்பட்டவரின் கூற்று இடம்பெறுகிறது என்பது புலப்படுகிறதா? உரையில் பங்கு பற்றுவோரின் எண்ணிக்கை துலக்கமாயிருக்கிறதா? உதாரணமாக ஒருவர் சொற்பொழிவின் போது உரையாடல் வடிவத்திலே சில விஷயங்களைக் கூறலாம். சிறுகதைகளில் உரையாடல்கள் இடையிட்டு வருவதும் இங்கு நினைவுக்கு வரலாம்.

8. உரைப் பாத்திரங்கள் (II)

குறிப்பிட்ட ஒரு பகுதியில் ஆசிரியன் தனிமொழி, உரையாடல் ஆகியவற்றை இறுதி நோக்காகக் கொண்டிருந்தானா அல்லது வேறொரு சாதனத்தைக் கருதி அவற்றை ஆக்கினானா? இதற்கு முற்பட்ட வினாவிலும் இது சிக்கல் நிறைந்ததாகும். இவையெல்லாம் 'நடை' வேறுபாடுகளுக்கு ஏதுவாயிருப்பன.

9. தொழில்துறைச் சார்பு

குறிப்பிட்ட ஒரு மொழியைக் கையாள்பவன் எத்தொழில் துறையைச் சார்ந்தவன் அல்லது எதனை வாழ்க்கைத் தொழிலாய்க் கொண்டவன் என்பதைக் கூறக் கூடியதாயிருக்கிறதா? ஒவ்வொரு தொழில் துறையைச் சார்ந்தோர் தாம் அடிக்கடி பயன்படுத்தும் சொற்களைச் சுருக்க வடிவத்தில் பயன்படுத்துவதைக் கண்டிருக்கிறோம். பெருமளவுக்குச் சங்கேதச் சொற்களும் குழூஉக்குறி என்று எமது இலக்கணக்காரர் வகுத்தனவும் இதில் அடங்கும். இலக்கியப் படைப்புக்களிலே உவமை உருவகங்களை இவற்றின் அடிப்படையில் ஆராய வாய்ப்புண்டு.

10. சமுதாயப் படிநிலை

ஒரு குறிப்பிட்ட உரைப்பகுதியில் மொழியைப் பயன்படுத்துபவனுக்கும் உரையாடலிற் பங்கு கொண்டு பேசுபவருக்கும் உள்ள சமுதாய உறவுநிலை புலப்படுகிறதா? இது விரிந்த பொருளுடையது; சமுதாயத்திலே மாந்தரிடையே

நிலவும் பலவகைப்பட்ட தொடர்புகளின் அடிப்படையில் அமைந்த கருத்தமைதிகள் மொழி வழக்கில் பிரதிபலிப்பதை நாமறிவோம்; சம்பிரதாயம், தனிமுறைத் தொடர்பு, கொடுக்கல் – வாங்கல் தொடர்பு, இரத்த உறவு நிலைகள், பண்பிணக்கம், பணிவிசைவு, மதிப்புணர்ச்சி முதலியவெல்லாம் மொழியில் புலப்படுபவை. எமது இலக்கண நூல்களில் இவை கணிசமாகக் குறிப்பிடப்பட்டிருக்கின்றன. சமுதாயப் படிநிலை என்பது தனிமனிதருக்கும் கூட்டத்தினருக்கும் பொதுவானதாகும்.

11. முறைமை

ஒருவர் ஒன்றைக் கூறும்பொழுது அவரது நோக்கம் யாதாயிருந்தது என்பது புலப்படுகிறதா? அதாவது ஒரு குறிப்பிட்ட முறையில் சொற்களைப் பயன்படுத்துவதற்கான காரணம் புலப்படுகிறதா என்பதை ஆராய்வதே இவ்வினாவின் பண்பும் பயனுமாகும். கடிதத்தில் எழுதுவதற்கும் தந்தியில் குறிப்பதற்குமுள்ள மொழி வேறுபாடுகூட இதில் அடங்கும். இலக்கியங்களில் 'நடை' என்பதை ஆராய இவ்வினா பெரிதும் உதவும். ஏனெனில் இலக்கியக் கர்த்தா மொழியை அதன் விளைவு கருதிப் பயன்படுத்துபவன். சென்ற நூற்றாண்டின் இறுதியில் (1899) மெயர்–லுப்கே என்ற புகழ்பெற்ற மொழியாராய்ச்சியாளர், "நடையியல் கலைமயமாக்கப்பட்ட மொழியின் ஆய்வு" என்று இரத்தினச் சுருக்கமாய்க் குறிப்பிட்டார். எமது தமிழ்த் திரைப்படங்களில் கதாபாத்திரங்கள் பயன்படுத்தும் மொழியை ஆராய இவ்வினா தூண்டுகோலாய் அமையலாம்.

12. அருநிலைப் பண்பு

ஓர் ஆசிரியன் வேண்டுமென்றே விசித்திரமான சொற்பிரயோகங்களை மேற்கொண்டிருக்கிறான் என்பது புலப்படுகிறதா? முதலாவது வினாவுக்கும் இதற்கும் வேறுபாடுண்டு. உதாரணமாக, 'புதுக்கவிதை' என்ற பெயரில் இக்காலத்தில் கவிதை எழுத முயல்பவரிற் சிலர் தமிழில் இதுகாலவரை வழக்காறற்ற சில பதப்பிரயோகங்களைச் செய்துள்ளனர். இதனை *linguistic idiosyncracy* என்பர். அடிக்கடி சிலேடையாய்ப் பேசுவதெல்லாம் இதில் அடங்கும். அருநிலைப் பண்பு என்பது பெயருக்கியையத் தனிப்பட்ட ஒருவர் அவ்வப்போது வெளிக்காட்டும் மொழிப் போக்குகளைக் குறிக்கும் எனலாம்.

13. எல்லோருக்குமுரிய பொது வழக்கு

குறிப்பிட்ட ஒரு பகுதி மேலே கூறப்பட்டவை எவற்றையேனும் புலப்படுத்தவில்லையா?

மேலே விவரித்துள்ள பதின்மூன்று வினாக்களும் 'நடை' என்பதைப் பூரணமாக ஆராயவும் விளக்கவும் போதுமானவை என்பது என் கருத்தன்று. ஆனால் 'அழகும் சுவையும் உடைய நடை' என்று எழுந்தமானமாகக் கூறுவதிலும் பார்க்க இத்தகைய வினாக்களுக்குக் கிடைக்கும் விடைகளின் அடிப்படையில், வாய்மை தேர்ந்து காணத்தக்க செய்திகளை நடைக்கு விளக்கங் களாகக் கற்பிப்பது பயனுடையது அல்லவா?

இதுவரை எழுதியதில் முறையே மொழியின் பயன்பாடு, இலக்கியத்தின் இயல்பு, திறனாய்வின் தன்மை ஆகியவற்றை ஓரளவு விரித்துரைத்தேன். இவை தவிர்க்க இயலாதவாறு ஆங்காங்குச் சுருக்கமாகவும் முக்கியக் கூறுகளை மட்டும் விவரிப்பனவாகவும் அமைந்திருப்பதை நான் உணருகிறேன். எனினும் நான் வற்புறுத்தியுள்ள விஷயங்கள் எமது இலக்கியக் கல்விக்கு மிக அவசரமாக வேண்டப்படுவன என்பதை வற்புறுத்துதல் தகும் என எண்ணுகிறேன்.

II

இலக்கியத் திறனாய்வும் உணர்வு நலனும்

இடைக்காலத் தமிழ் நூல்கள் சிலவற்றிலே தருமியென்னும் பிரமசாரி யொருவன் பொற்கிழி பெறும் பொருட்டு ஆலவாய் இறையனார் பாடல் ஒன்று பாடிக் கொடுத்தமை பற்றியும், அது தொடர்பாகப் பாண்டியனது சங்க மண்டபத்திற் சிவபெருமானுக்கும் சங்கப் புலவரான நக்கீரருக்கும் நடந்த சம்வாதம் பற்றியும் சில செய்திகள் கூறப்பட்டுள்ளன.

சம்பக பாண்டியன் என்ற மன்னன் தன் மனைவியின் கூந்தல் இயற்கை மணம் உடையதெனக் கருதித் தன் மனக் கருத்தைப் புலப்படுத்தும் பாடலை இயற்றுபவருக்குப் பொற்கிழி பரிசாக வழங்கப்படும் என்று அறிவித்ததும் 'கொங்கு தேர் வாழ்க்கை' என்று தொடங்கும் பாடலைத் தருமி அரசவையிற் பாடியதும், மங்கையர் கூந்தலுக்கு இயற்கை மணம் உண்டென்று கூறிய அப்பாடலைக் கேட்டு மகிழ்ந்த மன்னன் தருமிக்குப் பொற்கிழியை வழங்குமாறு கட்டளையிட்டதும், நக்கீரர் குறுக்கிட்டுத் தடையெழுப்பத் தருமி இறைவனிடம் சென்று முறையிட இறைவன் வந்து நக்கீரருடன் வாதிட்டுத் தன் நெற்றிக் கண்ணால் நக்கீரரைச் சுட்டதும் அக்கதையின் பிரதான செய்திகள். நக்கீர சம்வாதம் தருமிக்குப் பொற்கிழி அளித்த கதை என்றெல்லாம் நமது இடைக்காலப்

பௌராணிக இலக்கியங்களில் வழங்கும் இக்கதையின் சுருக்கம் பலரும் அறிந்திருக்கக் கூடியதே.

நவீன இலக்கியக் கர்த்தாக்கள் பலரால் சிறுகதைகளாகவும், வானொலி நாடகங்களாகவும் பலமுறை அமைக்கப்பெற்ற இக்கதை சுவாரசியமானது என்பதில் ஐயமில்லை. மனிதனுடன் வாதிட வந்த கடவுள், இறுதியில் மானுட சக்தியை அமானுஷ்ய சக்தியால் அடக்க வேண்டியிருந்தது என்றும், அதனால் கலை இலக்கிய உலகில் உண்டாக்கிய தலைதடுமாற்றங்கள் எவ்வாறிருந்தன என்றும், இறைவனையே அது மானசீகமாக எவ்வாறு பாதித்தது என்றும் கற்பனை செய்யும் அற்புதமான ஒரு சிறுகதையைக் காலஞ் சென்ற கு. அழகிரிசாமி பல வருடங்களுக்குமுன் எழுதியிருந்தார். 'வெந்தழலால் வேகாது' என்பது கதையின் பெயர். நக்கீரரின் ஆளுமையும் அதன் வெளிப்பாடும் இன்றுவரை இலக்கியக் கர்த்தாக்களைக் கவர்ந்து வந்துள்ளமைக்கு அழகிரிசாமியின் கதை சிறந்த எடுத்துக்காட்டாகும். திறனாய்வும் உணர்வு நலனும் என்னும் பொருளைப் பற்றிச் சிந்திக்கும்பொழுது இப்புராணக் கதையை எண்ணிப் பார்க்காமல் இருக்க இயலாது. திறனாய்வின் மிக முற்பட்ட செயற்பாடு இக்கதையில் வெளிப்படுகிறது என்பதில் ஐயமில்லை. 'திறனாய்வு', 'உணர்வு நலன்' ஆகிய இரண்டையும் நாடகத் தன்மையுடன் இக்கதை சித்திரிக்கிறது என்றும் கூறலாம்.

தருமி கொணர்ந்த பாடல் தனது மனக்கருத்தை ஒத்திருந்தமை யால் அது சிறந்தது என்று முடிவு செய்துவிடுகிறான் மன்னன். சங்கப் புலவர்கள் பலரும் மேலெழுந்தவாரியாகப் படித்துவிட்டு "நன்று நன்று" என்று அபிப்பிராயந் தெரிவித்து விடுகின்றனர். ஆனால் நக்கீரர் மட்டும் மன்னன் பாராட்டியதையும் பொருட் படுத்தாது பாடலிற் காணும் குற்றத்தைச் சுட்டிக் காட்டுகிறார். சொற்குற்றம் இல்லாவிடினும் அடிப்படையான பொருட்குற்றம் உண்டென்பதைத் தருக்க ரீதியாக வாதிட்டு நிறுவுகிறார். அதாவது எடுத்துக்கொண்ட ஒரு பாடலின் திறத்தையும் தரத்தையும் ஆய்ந்து ஓர்ந்து மதிப்பிடும் பண்பினைக் காண்கிறோம். இப்பண்பே நவீன காலத்தில் நாம் பெரிதும் போற்றும் திறனாய்வின் முக்கியமான இலக்கணமாகும்.

அடுத்தபடியாகப் பெண்ணின் கூந்தலுக்கு—மானிடப் பெண்ணாயினும் தெய்வப் பெண்ணாயினும் – பெண்ணின் கூந்தலுக்கு இயற்கை மணம் இல்லையென்று நக்கீரர் துணிந்து வாதிட்டமை அவரது உணர்வு நலத்தின் வெளிப்பாடாகும். ஆங்கில மொழியிலே sensibility என்னும் பதம் இத்தகைய பொருளுடையதாகும். உணர்வுச் செவ்வி, மெய்யுணர்வு

நயம் என்னும் பொருளை அவ்வாங்கிலப் பதம் குறிக்கும். கூந்தலுக்கு இயற்கை மணம் இல்லையென்ற மெய்யுணர்வு நயம் வாய்க்கப் பெற்றிருந்தமையாலேயே கொள்கைப்பற்றுடன் உண்மைக்காகப் போராட்டம் நடத்தினார் நக்கீரர். சத்தியத்துக்காக இறைவனுடனேயே சம்வாதம் செய்யும் மனப்பக்குவம் உணர்வு நலத்தின் பெறுபேறாகும். இவ்வாறு பார்க்கும்பொழுது உணர்வு நலமும் திறனாய்வும் ஒன்றுக்கொன்று அனுசரணையாக இருக்கக் காண்கிறோம். திறனாய்வின் பயனாக உணர்வு நலமும் உணர்வு நலத்தின் விளைவாகத் திறனாய்வும் செழுமையடைதலைக் காணக் கூடியதாய் உள்ளது.

மேலே குறிப்பிட்ட பழங்கதையின் உள்ளர்த்தத்தை நமது காலத்துப் பரிபாஷையிற் கூறுவதானால், அக எண்ணஞ் சார்ந்த அல்லது தன் உள்ளுணர்வுக்குரிய தளத்திலிருந்து பிரச்சினையை அணுகினான் மன்னன். அணுகவே, யதார்த்தத்தில் – அதாவது புறஉலகில் – மனத்துக்குப் புறம்பான நிலையில் – பெண்ணின் கூந்தலுக்கு இயற்கை மணம் இல்லையென்ற உண்மையைக் கைநெகிழ விட்டுவிடுகிறான். ஆனால் நக்கீரரோ புலனால் அறியக்கூடிய உண்மையைப் பொது உண்மையாகக் கொண்டு அதனைத் தருக்கநெறியில் விளக்க முற்படுகிறார். மன்னனோ உண்மைத் தேடலைத் தன்னின் வேறாகக் காணவில்லை. ஆனால் நக்கீரரோ தான் வழிபடும் உமையவள் கூந்தலேயாயினும் இயற்கை மணம் அதற்கில்லையென்று அழுத்திக் கூறும்பொழுது தன்னின் வேறான உண்மையைப் பற்றுக்கோடாய்க் கொண்டு தர்க்கிப்பதைக் காண்கிறோம். இதிலே திறனாய்வினதும் உணர்வு நலத்தினதும் பிரதான அம்சங்கள் சிலவற்றைக் கண்டுகொள்ள முடிகிறது. ஆயினும் நக்கீரர் – சிவன் சம்வாதம் இங்குக் குறியீடாக அமைந்துள்ளதேயன்றி உண்மைச் சம்பவம் அன்று. இன்றைய உலகிலே திறனாய்வுக் கோட்பாடுகளும் அவற்றின் தலையாய பயனாம் உணர்வுநலக் கோட்பாடும் வளர்ந்துள்ள நிலையிலிருந்து பின்நோக்கிப் பார்க்கையில் இப்புராணக் கதையில் விளக்கத்துக்கு இடம் தரும் கருத்துக் கூறுகள் இருத்தல் புலனாகின்றது; அவ்வளவே.

திறனாய்வு என்னும் சொல் ஆங்கிலத்தில் வழங்கும் *criticism* என்னும் பதத்திற்கு ஒத்ததாய்த் தற்காலத்தில் நமது மொழியிற் பயன்பட்டு வருவதொன்றாகும். திறனாய்வு, விமரிசனம் என்பன ஒருபொருட் சொற்கள். பின்னது வடமொழியினின்றும் பெறப்பட்டது. எனினும் பழந்தமிழ் நூல்களில் விமரிசம், விமரிசனம் என்னும் வடிவங்களே வழக்கிலிருந்து வந்துள்ளன. கலாசாரம், பண்பாடு என்பன ஒருபொருட் சொற்களாய் வழங்கி வருவதுபோலவே விமர்சனமும் திறனாய்வும் வழங்கிவருகின்றன.

விமரிசனம் என்ற சொல் பழந்தமிழில் வழங்கிய சந்தர்ப்பங்களை எல்லாம் இங்கு ஆராய வேண்டிய அவசியம் இல்லை. ஒருதாரணம் மட்டும் பார்ப்போம்.

திருக்குறள் துறவறவியலில் மெய்யுணர்தல் என்ற அதிகாரம் உண்டு. தத்துவ ஞானம் பற்றிக் கூறுகின்ற அதிகாரம் அது.

ஓர்த்துள்ளம் உள்ள துணரின் ஒருதலையாப்
பேர்த்துள்ள வேண்டா பிறப்பு

என்னும் குறட்பாவிற்குப் பரிமேலழகர் பின்வருமாறு பொருளுரைக்கிறார்: "உள்ளம் ஒருதலையா ஓர்த்து உள்ளது உணரின் – அங்ஙனங் கேட்ட உபதேச மொழிப் பொருளை ஒருவன் உள்ளம் அளவைகளானும் பொருந்துமாற்றானும் தெளிய ஆராய்ந்து அதனான் முதற்பொருளை உணருமாயின், பேர்த்துப் பிறப்பு உள்ள வேண்டா – அவனுக்கு மாறிப் பிறப்பு உளதாக நினைக்க வேண்டா; இதனால் விமரிசனம் கூறப்பட்டது" என்று கூறுகிறார் பரிமேலழகர். இங்கே விமரிசம் அல்லது விமரிசனம் என்னும் சொல் வழங்கப்பட்டுள்ளது. 'விமரிசனம்' என்று பரிமேலழகர் கூறியிருப்பதற்கு, ஆறுமுக நாவலர் அடிக்குறிப்பு எழுதுகையில், "விமரிசன மெனினும் சிந்தித்தல் எனினும் மனன மெனினும் ஒக்கும்" என்றார்.

இச்சந்தர்ப்பத்திலே விமரிசனம் என்ற சொல் தத்துவ ஞானத் தொடர்பில் பயன்படுத்தப்பட்டிருத்தல் கவனிக்கத்தக்கது. அறிவைப் பெறும் வாயில்களையே அளவைகள், பொருந்துமாறு எனக் குறிப்பிடுகிறார் பரிமேலழகர். அளவைகளாவன: பொறிகளாற் காணும் காட்சி அல்லது பிரத்தியட்சம்; குறிகளால் உய்த்துணரும் அனுமானம்; கருத்தாமொழியாகிய ஆகமம் அல்லது ஆப்தவாக்கியம். பொருந்துமாறு என்பது "இது கூடும் இது கூடாது எனத் தன் கண்ணே தோன்றுவது." இவற்றை அளவைகள் என்றும் பிராமணங்கள் என்றும் வழங்குவர். சிந்தித்தல் உலகியலுக்குப் பொருந்தும் தன்மையினை நோக்குதல் என்பன தத்துவ உலகிற் பிரசித்தமாய் இருந்தமை இதனால் தெளிவாகிறது. ஆகினும் இலக்கிய உலகில் இவை தனித்த பண்புகளாக வளர்ந்தன என்று கூற இயலாது.

இதற்குக் காரணம் உண்டு. அறிவைத் தரும் வாயில்களாகப் பொறிக்காட்சியையும் சிந்தித்தல் முதலானவற்றையும் பண்டைய இந்தியத் தத்துவ ஞானிகள் குறிப்பிட்டுள்ளனரெனினும் நடைமுறையில் சுருதி அல்லது ஆகமமே சிறந்த பிரமாணமாகக் கொள்ளப்பட்டது. அதுமட்டுமன்று; வேத, உபநிடத, ஆகமங்கள் அடிப்படையான உண்மைகளையும் தத்துவஞான முடிவுகளையும் என்றைக்கோ வெளிப்படுத்திவிட்டன என்றும்,

அவ்வுண்மைகளை அறிவாலும் அனுபவத்தாலும் கண்டறிதலே தத்துவவாதியின் பணி என்றும் பலகாலமாக நம்பப்பட்டு வந்தது. இன்னொருவிதத்திற் கூறுவதானால், நம்பிக்கையின் அடிப்படையில் ஏற்றுக்கொள்ளும் வேதவாக்கை ஏற்புடையதாய் நிரூபிப்பதற்கு அறிவும் அனுபவமும் பயன்பட்டது. அவ்வளவுதான். அதற்குமேல் அறிவோ அனுபவமோ கட்டுப்பாடின்றிச் சஞ்சரித்துப் புதியன கருதுதற்கும் கண்டுபிடித்தற்கும் போதிய வாய்ப்பில்லாது போயிற்று. அவ்வாறு இடையிடையே சிந்திக்க முற்பட்டோரை வைதிக நெறிக்குப் புறம்பானவர் – அவைதிகர் – எனத் தள்ளி வைக்கும் மனப்பான்மையும் இருந்தது. தத்துவத் துறையில் நிலவிய மனோபாவத்தின் பிரதிபலிப்பையே இலக்கண இலக்கியத் துறைகளிலும், தவிர்க்க இயலாதவாறு காண்கிறோம். நன்னூலாசிரியர்,

> **முன்னோர் மொழிபொருளே யன்றி அவர்மொழியும்**
> **பொன்னேபோற் போற்றுவ மென்பதற்கும் – முன்னோரின்**
> **வேறுநூல் செய்துமெனு மேற்கோளி லென்பதற்குங்**
> **கூறுபழஞ் சூத்திரத்தின் கோள்**

என்று கூறும் பா இதனைத் தெளிவாக்குகிறது.

இந்திய தத்துவத் ஞானிகளிற் பெரும்பாலனோர் வேத வழக்கொடு மாறுபடாவண்ணம் சிந்திக்க முற்பட்டமை போலவே நமது இலக்கிய இலக்கணகாரரும் தொல்லாணை நல்லாசிரியர் வழியினின்றும் விலகாதவண்ணம் தமது உரைகளை எழுதி வந்தனர். அதாவது பழைய உரையாசிரியர்கள் தமது சொந்தக் கருத்துக்களுக்கு முக்கியத்துவம் அளிக்கவில்லை. அதாவது விமர்சகனின் அறிவுக்கோ, அனுபவத்திற்கோ, ஆற்றலுக்கோ இடம் வைக்கவில்லை. பழைய நூலை ஆய்வோன், தனது ஆளுமையை அந்நூலின் விளக்கத்தோடு கலத்தல் ஆகாது என்ற நம்பிக்கை வேரூன்றியிருந்தது. இதன் காரணமாக வேறுவழியின்றித் தம்காலத்துக் கருத்துக்களை ஒட்டிச் சிற்சில புதிய சிந்தனை களையும் விளக்கங்களையும் உரைகளிலே கூறிய விடத்தும் அவை உண்மையில் மூல நூலாசிரியரின் கருத்துக்களே என்று விடாப்பிடியாக வற்புறுத்திக் கூறினர். "நூலாசிரியர் சொல்லாத கருத்து எதுவும் இல்லையென்று உணர்த்த முற்பட்டனர்; நூலாசிரியர்களுக்குப் புகழ் தேடினர்." தொல்காப்பியர் முதலிய இலக்கணவாசிரியரும் முற்சான்றோரும் செய்த இலக்கண இலக்கியங்களே எக்காலத்துக்கும் பிரமாணங்கள் என்று பேராசிரியர், நச்சினார்க்கினியர் முதலிய உரையாசிரியர்கள் வாதிடுவர்.

இத்தகைய நம்பிக்கையும் மனப்பான்மையும் ஆழமாகப் பதிந்திருந்தமையாலேயே பழங்காலத்தில் திறனாய்வு தனித்த

ஒரு துறையாக, பயிற்சிநெறியாக பரிணமிக்கவில்லை. இந் நம்பிக்கையையும் மனப்பான்மையையும் தாங்கிப் பிடித்து, விழாமல் தடுத்து நிற்கக்கூடிய சமுதாய அமைப்பும் பழங்காலத்தில் இருந்தது.

ஆனால் நவயுகத்திலே மாறும் சூழ்நிலைக்கேற்ப உருவாகிய கோட்பாடுகளில் – ஆய்வுத்துறைகளில் – திறனாய்வும் ஒன்றாகும். அதன் வளர்ச்சிக் கிரமத்திலே உணர்வு நலன் பெரிதும் விரும்பத்தக்கதாக மட்டுமன்றி, இன்றியமையாதது ஒன்றாகவும் மதிக்கப்படலாயிற்று.

சமுதாயங்களின் வரலாற்றை நாம் கூர்ந்து நோக்கும் பொழுது ஒருண்மை புலப்படும். பல்வேறு காலப் பகுதிகளிலே – அடிப்படையான மாற்றங்களைக் கொண்ட யுகங்களிலே – அவ்வக் காலப்பகுதியின் இயல்புகளையும் தன்மைகளையும் திரட்டிக் கூறும் வகையில் சிலபல சொற்பிரயோகங்கள் அமைந்துவிடுகின்றன. உதாரணமாக, ஆண்டான் – அடிமை என்ற சொற்கள் இடைக்காலத்திலேயே தமிழ் மக்கள் மத்தியில் பரவலாக வழங்கியவை. அவை ஆள்வோனையும் அவன்கீழ் இருந்தவனையும் குறித்த அதே வேளையில் இறைவனுக்கும் பக்தனுக்கும் உள்ள தொடர்பையும் சித்திரிக்கிறதாயிருக்கிறது. நிலவுடைமைச் சமுதாயத்தில் ஆளும் வர்க்கத்தினர் ஒருபுறமும், ஆளப்பட்டவர்கள் – அடிமை நிலையில் இருந்தவர்கள் மறுபுறமும் இருந்த பௌதிக நிலைமையின் தத்துவார்த்த வெளிப்பாடாகவே இவ்வுறவுச் சொற்கள் அமைந்து விளங்கின என்பதில் எதுவித ஐயமுமில்லை. மேலேயிருந்தோர் – சுதந்திரர். கீழேயிருந்தோர் – அவருக்குக் கட்டுப்பட்டு அவரை நம்பியிருந்தோர் பரதந்திரர். இந்நிலையில் சனநாயகத்துக்கு வாய்ப்பு இல்லை என்பதை விவரித்து விளக்கவேண்டியது அவசியமல்ல. அதாவது ஒவ்வொரு காலப் பகுதியிலும் சிற்சில சொற்கள் அடிப்படையான உயிர்க் கருத்துக்களைப் புலப்படுத்துவனவாயுள்ளன. உதாரணமாகக் கைத்தொழில் என்னும் சொற்றொடரை எடுத்துக்கொள்வோம். மேலெழுந்தவாரியாக நோக்கினால் மனிதன் கருவிகளைப் பயன்படுத்தத் தொடங்கிய காலமுதல் கைத்தொழில் சமுதாய இயக்கத்துக்கும் முன்னேற்றத்துக்கும் ஆதாரமான உற்பத்தி முறையாக இருந்துவந்துள்ளது. ஆனால் நவீன காலத்திலேயே கைத்தொழில் ஒரு சமுதாயத்தின் அச்சாணியாக, அதன் பொருளாதார – சமூக அரசியல் வாழ்வினைப் பெருமளவுக்கு நிர்ணயிக்கும் சக்தி உடையதாக உருப்பெற்றுள்ளது. கைத்தொழில் நாடுகள் – *industrial nations* – என்று விதந்துரைக்கும் அளவுக்குக் கைத்தொழில், அந்நாடுகளின் முழுத்தன்மையை இனங்காட்டுவதாய் அமைந்திருக்கிறது. இதுபோலச் சிற்சில

சொற்கள் நவீன உலகில் பொருள் முக்கியத்துவம் வாய்ந்தனவாய் இருப்பதைக் கவனித்தல் தகும்.

மேற்கத்திய உலகின் நவீனகாலப் பகுதியை விவரிக்கப் புகுந்த றேமன்ட் வில்லியம்ஸ் என்ற ஆங்கிலத் திறனாய்வாளர், ஐந்து சொற்களைக் கொண்டு அவற்றின் பொருட்பரப்பு – குறிப்பு – என்பவற்றைக் கொண்டு நவீன மேற்கத்திய கலாசார பரிணாமத்தை விளக்குகிறார். **கைத்தொழில்**, **சனநாயகம்**, **வர்க்கம்**, **கலை**, **கலாசாரம்** என்பன அவ்வைந்து சொற்களுமாம். தற்காலத்தில் இவ்வைந்து சொற்களும் குறிக்கும் பொருள்கள் முந்திய பொருட் குறிப்புகளிலிருந்து அதிகம் வேறுபடுகின்றன என்பது வெளிப்படை. உதாரணமாக, நமது மொழியிலேயே இக்காலத்தில் வழங்கும் ‘வர்க்கம்’ எனும் பதத்தை ஒரு சிறிது நோக்குவோம். வர்க்கம் என்றால் ஒத்த பொருகளின் கூட்டம், இனம், குறிப்பிட்ட எண்ணை அதே எண்ணாற் பெருக்கி வரும்தொகை; வமிசம், ஒழுங்கு, சதுரம் என்றெல்லாம் பொருள்படும். அதோடு வருக்ககனம், வருக்கத்தொகை, வருக்கமூலம், வருக்க எழுத்து, வருக்க மோனை முதலிய கலைச்சொல் வழக்குகளும் உண்டு. இப்பொருள்கள் இப்பொழுது ஆங்காங்கு வழங்குகின்றபோது வர்க்கம் என்ற பதத்துக்கு ஆங்கிலத்திலே *class* என்னும் சொல்லுக்குரிய பொருளே பெருவழக்காயுள்ளது. இதிற் சந்தேகமில்லை.

வர்க்கம் என்ற சொல்லுக்குரிய மூலப்பொருள்களில் ‘ஒத்த பொருள்களின் கூட்டம்’, ‘இனம்’ என்பன இரண்டு. அவற்றினடியாகப் பொருள் விரிவாக்கம் பெற்று, இன்று வர்க்கம் என்பது சமூகப் பொருளில் சிறப்புப் பொருள் குறிப்பதாயுள்ளது. மத்தியதர வர்க்கம், பாட்டாளி வர்க்கம், முதலாளித்துவ வர்க்கம், நிலப்பிரபுத்துவ வர்க்கம் என்று குறிப்பிடுவதோடு வர்க்கச் சார்பு, வர்க்க பேதம், வர்க்க உணர்வு, வர்க்கப் போராட்டம், வர்க்க வேர்கள் என்றும் குறிப்பிடுகிறோம். இன்றைய சமுதாய அமைப்பையும் வர்க்கம் என்ற பதப்பிரயோகம் இன்றி விவரிப்பதும் விளக்குவதும் அரிதாகவே இருக்கும். அதேவேளையில் வர்க்கம் என்பது ஆய்வாளரின் சிந்தனை ரீதியான சொல்லாக மாத்திரமின்றிப் பல்லாயிரக்கணக்கான மக்களின் உணர்ச்சிப் பிரயோகமாகவும் இக்காலத்தில் இருக்கிறது. சமுதாய மாற்றம், புரட்சி என்பன வர்க்கம் என்ற சொல்லுடன் தொடர்புடைய கருத்தோட்டங்கள். எனவேதான் றேமன்ட் வில்லியம்ஸ் என்பது நவீன உலகின் விளக்கத்துக்கு இன்றியமையாத ஐந்து சொற்களில் ஒன்று என்றார். அவர் குறிப்பிடும் கைத்தொழில், சனநாயகம், வர்க்கம், கலை, கலாசாரம் என்பன புதிய சொற்கள் அல்ல; ஆனால் புதிய பொருட்பரிமாணங்களைப் பெற்றிருக்கும் சொற்கள்.

திறனாய்வு என்ற சொல் அண்மைக் காலத்திலேயே விமர்சனம் என்னும் பொருளில் வழங்கப்பெற்று வருகிறது. பண்பாடு என்னும் பதம் போல ஆங்கிலச் சொற்கள் சிலவற்றிற்கு ஒத்த சொற்கள் வேண்டப்பட்டவேளையில் உருப்பெற்றவற்றில் ஒன்றே திறனாய்வு ஆகும். நான் முன்னர் குறிப்பிட்டது போல ஒன்றின் திறத்தை அறிதல் என்னும் பொருளில் 'திறனறிதல்' என்னும் பிரயோகம் பழைய நூல்களிற் காணப்படுகிறது. மீண்டும் திருக்குறளைத் துணைக்கு இழுத்தால், பொருட்பாலில் சொல்வன்மை என்னும் அதிகாரத்திலே,

திறனறிந்து சொல்லுக சொல்லை
எஞ்ஞான்றும் திறனறிந்தான் தேர்ச்சித் துணை

என்று வருமிடங்களில் மக்களுடைய இயல்புகளும், வினை செய்யும் திறங்களை அறிந்தவரை பற்றியும் குறிப்பிடப்படுகின்றன. 'திறவோர்' என்னும் சொல்லும் தமிழிலக்கியங்களிற் பயின்றுவரும். உதாரணமாகப் புறநானூற்றில் "திறவோர் காட்சியில் தெளிந்தனம்" என்று வரும் அடியில் திறவோருக்குப் பகுத்து உணரும் திறனுடையோர் என்று பொருள் கூறப்படும். இவ்வாறு 'திறம்' என்ற சொல்லினடியாகச் சில வழக்காறுகள் இருப்பினும் 'திறனாய்வு' என்னும் சொல் நவீன வழக்கேயாகும். அதைப் போலவே 'உணர்வு நலம்' என்னும் பிரயோகமும், நாம் மேலே குறிப்பிட்டது போல, *sensibility* என்னும் ஆங்கிலப் பதத்தின் விளக்கச் சொல்லாகும் 'உணர்வு' என்னும் சொல்லினடியாக அதன் செம்மைசான்ற நிலையைக் குறிப்பதே உணர்வு நலம். நன்னூலிலே செய்யுள் அல்லது கவிதை இன்னதென்று வரைவிலக்கணம் கூற முற்பட்ட பவணந்தியார்,

பல்வகைத் தாதுவின் உயிர்க்குடல் போற்பல
சொல்லாற் பொருட்கிடனாக உணர்வினின்
வல்லோர் அணிபெறச் செய்வன செய்யுள்

என்றார். அதாவது தோல், இரத்தம், இறைச்சி, மேதை, எலும்பு, மச்சை முதலிய தாதுக்களால் உயிருக்கு இடமாக இயற்றப்பட்ட உடம்புபோல நால்வகைச் சொற்களால், பொருளுக்கு இடமாக, கல்வியிற் சிறந்தவர், அழகாகச் செய்வன செய்யுள் என்பது மரபுவழிவரும் உரை. இச்சூத்திரத்திலே 'உணர்வினில் வல்லோர்' என்று கூறப்படுவதையே 'உணர்வு நலம்' குறிக்கிறது எனலாம். எனினும் பவணந்தியார் கருதும் 'உணர்வினில் வல்லோர்' கல்வி அறிவு மாத்திரம் சிறப்பாக வாய்க்கப் பெற்றவர் போலும். திறனாய்வின் பயனாகக் கிடைக்கும் உணர்வு நலமுடையோர், அறிவுமட்டும் அன்றி அறனோக்கும் அழகியல் நோக்கும் ஒருங்கே வாய்க்கப்பெற்றவராய் இருப்பர். இவ்வாறு பார்க்குமிடத்துத்

'திறனாய்வு, உணர்வுநலன்' ஆகிய சொற்றொடர்களை ஒத்தவை முற்பட்ட காலத்தில் இருந்திருக்கக்கூடுமாயினும் அவை குறித்த பொருள் எல்லைகள் குறுகியன என்பது கூறாமலே விளங்கும்.

சுருங்கக் கூறுவதாயின் திறனாய்வும் உணர்வு நலமும் நவீன காலத்திலேயே சாத்தியமாயிருக்கும் தொழிற்பாடுகள், பண்புகள். எனவே, முற்பட்ட சொற்களால் அவை சுட்டப்பட்டிருக்கும் என எதிர்பார்த்தல் பொருந்தாது. நவீன திறனாய்வும் அதன் பெருங்கொடையாகிய உணர்வு நலனும் சாத்தியமாவதற்குரிய ஏதுக்கள், நமது சமுதாயத்தைப் பொறுத்தவரையில், சென்ற நூற்றாண்டின் இறுதியிலும் இந்நூற்றாண்டிலுமே எழுந்தன.

பழைய நிலமானிய சமுதாயத்தின் தேய்வு, புதிய வர்க்கங்களின் எழுச்சி, அச்சியந்திரத்தின் வருகை, குறிப்பிடத்தக்க அளவிற் பரவலான கல்வி, மரபு–சம்பிரதாயம் என்பவற்றில் நம்பிக்கைக் குறைவு, பிறப்பாலன்றிச் செய்தொழிலால் ஒருவருக்கு மதிப்பு, உழைப்பின் மகத்துவம் முதலியன நவீன சமுதாயத்தின் சில பண்புகளாம். இவை அடிப்படையான சமூகவியல் மாற்றங்கள் என்பதை நாம் மனத்தில் இருத்திக் கொள்ளவேண்டும். புதிய கல்வி முறைகள் இம்மாற்றங்களை உறுதிப்படுத்தி வந்திருக்கின்றன. இம்மாற்றங்களின் தவிர்க்க இயலாத எதிரொலியும் பிரதிபலிப்பும் கலை இலக்கியத்தில் மாத்திரமன்றி மனிதனின் சிந்தனைத் துறைகள் அனைத்திலும் தோன்றும் என்பதில் தடையே இல்லை.

இலக்கியத்தில் இதன் செயற்பாட்டை ஒரு சிறிது கவனிப்போம். ஏறத்தாழ இந்நூற்றாண்டின் தொடக்கம் வரை தமிழிற் செய்யுள் செய்தோர் அனைவரும், 'காரிகை' கற்றுக் கவிபாடியவராய் இல்லாவிட்டாலும், 'காரிகை' படித்தவராய் இருந்தனர். பாட்டியல் நூல் பயின்றவராய் இருந்திருப்பர். அங்கீகரிக்கப்பட்ட யாப்பில் அறியப்பட்ட ஏதாவதொரு பிரபந்தத்தைப் பாடுவோராகவே இருந்தனர். இன்று அம்முறை பெரிதும் வலுவிழந்து வருகிறது. பாரதியின் *குயிற்பாட்டை* எந்தப் பிரபந்த வகையாய்க் கொள்வது? புதுமைப்பித்தனின் கவிதைப் பரிசீலனைகளையும் பிச்சமூர்த்தியின் புதுக்கவிதைகளையும் எந்த யாப்பில் அடக்குவது, தொல்காப்பியத்தில் இருந்தும் இலக்கண விளக்கத்திலிருந்தும் இவற்றுக்கு வரைவிலக்கணமோ, உதாரணமோ, அதிகாரமோ பெறவியலாது. ஒவ்வொரு புதுப் படைப்பையும் அதனதன் தகுதி நோக்கியே ஆராய்ந்து மதிப்பிட வேண்டியிருக்கிறது. உதாரணமாக ஒருவர் ஒரு பிள்ளைத்தமிழ்ப் பிரபந்தம் என்று கூறிய மாத்திரத்தே அதுபற்றிய முக்காற்பங்கு விளக்கம் படிப்போர்க்கு ஏற்பட்டுவிடும். ஆனால் பாரதியின் *குயிற்பாட்டை* அவ்வாறு பிரபந்தப் பெயர் கூறி விவரிக்க

இயலாதாகையால், அதனைப் பலமுறை படித்து அதன் சிறப்பியல்புகளையும் நலன்களையும் விளக்க வேண்டியுள்ளது. இங்கேயே நவீன திறனாய்வின் இன்றியமையாமை தெளிவாகிறது எனலாம்.

இன்னுமொன்று, பழைய அளவுகோல்களும் பிரமாணங்களும் செல்வாக்கு இழந்தமையால் புதிய அளவுகோல்களையும், மதிப்பீடுகளையும் ஆக்கிக்கொள்ள வேண்டியள்ளது. இதனாலும் திறனாய்வு அத்தியாவசியமாகிறது. திறனாய்வு பற்றி எழுதியுள்ள வில்பர் ஸ்கொற் *(Wilbut Scott)* என்னும் வித்தகர் நவீன காலத்திலே திறனாய்வு தோன்றுவதற்குரிய முன்னீடுகள் மூன்றினைக் குறிப்பிடுகிறார். "பழைய அளவைக் கட்டளைகளில் இருந்து விடுபாடு; திறனாய்வாளர் தமது கவனத்தைச் செலுத்தத்தக்க, தகுதிவாய்ந்த புத்தம்புதிய ஆக்கங்கள்; எதிர்கால இலக்கியத்தைப் பற்றிய நம்பிக்கையும் உள்ளக்கிளர்ச்சியும்" – இவையே திறனாய்வு செழித்து வளர்வதற்கு உகந்த சூழ்நிலைக் கூறுகள் என்கிறார். இக்கூறுகள் நமது மொழியில் இக்காலத்தில் ஐயத்திற்கிடமின்றி இருக்கின்றமையை எவரும் மறுக்கவியலாது.

இன்னொரு முக்கியக் காரணியும் உண்டு. பழைய அளவைக் கட்டளைகள் அல்லது அதிகார நூல்கள் இல்லாமை இலக்கியக் கர்த்தாவுக்கு மாத்திரமே பிரச்சினை அல்ல. படிப்போருக்கும் பிரச்சினைதான். யாரை, எதை நம்பி வாசகன் நூலை ஏற்றுக் கொள்வது? ஓரளவு கல்விப் பயிற்சி அவனுக்கு இருக்குமாயின் நூற்றுக்கணக்கில் வெளிவந்து கொண்டிருக்கும் நூல்களில் தரமறிந்து சிலவற்றைச் சுவைப்பது எவ்வாறு? இத்தகைய மலைப்பு வாசகனுக்கு உண்டாகலாம்.

இத்தகைய சூழ்நிலையிலே நூலாசிரியனுக்கும் அவனது படைப்புக்கும் வாசகர்களுக்கும் உள்ள உறவு அடிப்படையான மாற்றத்தை அடைகிறது. நூலும் வாசகரும் பெறும் முக்கியத்துவம் அதிகரிக்கிறது. நூலுக்கும் வாசகருக்கும் இடையில் விமர்சகன் தோன்றி, அத்தியாவசியமான பணியொன்றைச் செய்ய வேண்டியவனாகின்றான். நூல்களைப் படிப்பதும் அவைபற்றிய விளக்கங்களையும் ரசனையையும் வெளியிடுவதும் தொழிலாகவே நிலைத்துவிடுகிறது.

இப்பணியின் பிரதான பண்பு யாது? அடிக்கடி எழுப்பப்படும் இவ்வினாவிற்கு எத்தனையோ விடைகளுண்டு. ஆயினும் பெரும்பான்மையோரால் பொதுவான வரைவிலக்கணமாக ஏற்றுக்கொள்ளப்படக்கூடியது டி.எஸ் எலியட் என்ற ஆங்கிலத் திறனாய்வாளர் கூற்றாகும். *"The elucidation of works of arts and the correction of taste"* என்பது அன்னார் கூற்று. "கலைப்படைப்புக் களை விளக்கித் தெளிவாக்குதலும் அழகுணர்வைச் செம்மைப் படுத்தலுமே" திறனாய்வின் பணியென்பது அவரது கருத்து. இவ்வரைவிலக்கணத்தை முற்றாக ஏற்றுக்கொள்ளாதவரும் இப்பணியை யுள்ளடக்கி வேறு சிலவற்றையும் சேர்த்துக் கொள்ளுவரேயன்றி இதனை நிராகரிக்க மாட்டார் என்பது உறுதி.

திறனாய்வாளன் ஆய்ந்து ஓர்ந்து தேர்ந்து தெளிவாக்குகின்றான். இறுதி ஆய்வில் அவன் செய்வது மதிப்பீடு ஆகும். அதுவே திறனாய்வின் முடிவுமாகிறது. அதன்வழி உணர்வு நலம் சிறக்க வாய்ப்பு உண்டாகும். ஜனநாயக வளர்ச்சியாலும் பொதுக் கல்விப் பயிற்சியாலும் நூற்பெருக்கத்தாலும் பற்பல நன்மைகள் உண்டாகும். அதேவேளையில் தக்க சமுதாய அமைப்பும் ஒழுங்கும் இல்லாவிடத்து உயர்கலைக்கும் வணிக நோக்குள்ள உற்பத்திப் பொருளுக்கும் வேறுபாடு இலகுவில் காணவியலாத அவலமும் தோன்றிவிடுகிறது. குறிப்பாக முதலாளித்துவ சமூகத்திலே வர்த்தக விளம்பரங்கள், "பொய்யுடையொருவன் சொல் வன்மையினால் மெய்போலும்மே" என்ற மூதுரைக்கொப்பக் கலை இலக்கியப் போர்வையில் வெளிவருவது சகஜம். இவற்றைப் பகுத்துணரும் பயிற்சியை விதந்து கூறத்தக்க அளவிலே திறனாய்வு தருகிறது. உலகில் நிகழ்வுகள் காரண காரியத் தொடர்பிலே இயங்குவன என்று கூறுவர். அதுபோல நவீன காலத்திலே திறனாய்வு இத்துணை இன்றியமையாததாய் இருப்பதே அதற்குப் போதுமான சூழ்நிலைத் தேவைகள் உள்ளமையாலேயே எனலாம்.

அதிகப்படியானோர் கலை இலக்கியத்துறையில் ஈடுபாடு கொண்டிருக்கும் காலம் இது. முன்னெக்காலத்தையும்விட இக்காலத்திலேயே இலக்கிய ஆக்கத்தில் ஆர்வமுடையோர் எண்ணிக்கையில் அதிகமாய் உள்ளனர். இந்நிலையில் எலியட் கூறுவது போல, "கலைப்படைப்புக்களை விளக்கித் தெளிவாக்குத லும் சுவையுணர்வைச் செழுமைப்படுத்தலும்" காலத்தின் கட்டளையாயுள்ளது.

இன்னொரு கோணத்திலிருந்து நோக்கினால், திறனாய்வு கலை, இலக்கியத்துக்கு மட்டும் வேண்டப்படுவதன்று. கலை இலக்கியத்துக்கு கூறியவை நவீன கல்வித் துறைகள் அனைத்துக்கும் பொருந்தும். மாபெரும் விஞ்ஞானக் கண்டுபிடிப்புகளைச் செய்யும் விஞ்ஞானிகள், "உணர்வு நலம்" வாய்க்கப் பெறா விட்டால் ஈரமிலா நெஞ்சத்தராய் மனுக்குலத்தை அழிக்கவல்ல ஆயுதங்களையும் கருவிகளையும் உருவாக்குவதில் முனைவர். இதனாலேயே மேலைத் தேசங்களிலே கல்வியாளர் பலர், விஞ்ஞான மாணவர்க்குக் கலைக்கூறுகளும், கலைத் துறை

மாணவர்க்குச் சமூக விஞ்ஞான அறிவும் இயன்றவரை போதிக்கப்படல் வேண்டுமென்று வற்புறுத்தி வருகின்றனர். தனது பரிசோதனைகளிலும் ஆய்வுக் கூடங்களிலும் அமிழ்வுற்றிருக்கும் விஞ்ஞானி, இயற்கையிலும் மானுடத்திலும் உள்ள அழகையும் ஆற்றலையும் சில வேளைகளிலே காணத் தவறுகிறான். அவனது 'உணர்வு நலன்' ஊனமுடையதாயிருக்கின்றது. அதன் விளைவுகள் பாரதூரமானவை.

இக்குறைபாட்டை நிவர்த்தி செய்யுமுகமாகவே, மேலை நாடுகளில் அண்மைக் காலத்தில் விஞ்ஞானத்தின் சமூகவியல் – Sociology of Science – என்னும் ஆய்வு நெறி பலரால் வற்புறுத்தப்பட்டு வருகின்றது. விஞ்ஞானத்தையும் விஞ்ஞானியையும் சமூகத்தின் சகல அம்சங்களும் இணைக்கும் ஆய்வை இந்நெறி சிறப்பாகக் கொள்வதாகும். மனிதனை நடு மையமாக வைத்துச் சகல ஆய்வுகளையும் நடத்தினாலன்றி உணர்வு நலத்தைச் செம்மைப் படுத்துவது சாலாது என்பதே அறிஞர்களின் முடிவாகும். அதே நேரத்தில் இலக்கியத்தையும் மகிழ்வூட்டும் பொழுதுபோக்குச் சாதனமாக மாத்திரம் கொள்ளாமல் ஆய்வறிவு சார்ந்த ஒரு துறையாக விவரிக்கும் போக்கும் அண்மைக்காலத்தில் வளர்ந்து வருகிறது. இலக்கியத்தின் சமூகவியல் – Sociology of Literature – என்னும் ஆய்வுநெறி இதற்கு வழிவகுப்பதாயுள்ளது.

20ஆம் நூற்றாண்டிலே மனிதனுக்கு எல்லாத் துறைகளிலும் எண்ணிறந்த வாய்ப்புக்கள் உள்ளன. இவற்றை ஏற்ற முறையிற் பயன்படுத்தவும் அப்பயன்பாடு மனிதனது பௌதிக – ஆத்மீகத் தேவைகளுக்குத் திருப்திகரமான முறையில் அமையவும் திறனாய்வும் உணர்வு நலமும் இன்றியமையாதனவாகும்.

ஒவ்வொரு நாட்டினர்க்கும் மக்களுக்கும் திறனாய்வு, இரசனை என்பன குறித்துச் சிற்சில பாரம்பரியங்களும் மரபுகளும் உண்டு. நமது முன்னோர் கலை இலக்கியங்களை விவரிக்கையில் அவற்றின் இலட்சியப் பண்புகளாகச் சத்தியம், சிவம், சுந்தரம் என்பவற்றைக் கூறினர். உண்மை, நன்மை, அழகு என்பனவே இம்மூன்றுமாம். இவை இன்றும் போற்றக்கூடியன என்பதில் ஐயமில்லை. இவற்றின் முழு அர்த்தத்தையும் விளங்கிக்கொண்டு நவீன அறிவுலகின் பெறுபேறுகள் அனைத்தையும் பயன்படுத்தி மனித வாழ்க்கைக்குப் பொலிவும் பூரணத்துவமும் அளிப்பதே உயர் இலட்சியமாகும். இவ்விலட்சியத்தை நோக்கி நடைபோட, திறனாய்வு நோக்கும் உணர்வு நலப்பண்பும் பேருதவி புரிவன என்பதை வற்புறுத்தல் தகும்.

~ ~

நூல் பல கற்றா னேனும்
பொருள்நுனித் தறியான் என்னில்
மாலொடு வாளா கத்தும்
மால் நிறக் காகம் போல்வான்.

– அதிவீரராம பாண்டியன்

எந்த விஷயத்தைப்பற்றியும் ஆராய்ந்து தெளிய அதை வரலாற்றுக் கண்ணோட்டத்துடன் அணுகுவதுதான் சீரிய முறை என்பது எனது முடிவு.

– ஏ.வி. சுப்பிரமணிய அய்யர்

கலா விமர்சனம்: படைப்பு, ரசனை ஆகியற்றைவிட வித்தியாசமானது. ஏனெனில் விமர்சனம் சமுதாய ரீதியான உள்ளடக்கம் கொண்டது. பௌதீகம், மானிடவியல், வரலாறு, தத்துவம், உளவியல் போன்றவையும் சமுதாயத்தின் படைப்புகளே. எனவே விமர்சகனுக்கு ஆழமான சமூகவியல் அறிவு தேவை. அப்பொழுதான் விமர்சகன் அவ்வறிவிலிருந்து அடிப்படைகளை அமைத்துக்கொண்டு சரியான விமர்சனம் செய்ய முடியும். கலையை உளவியலோடும் அரசியலோடும் அவன் குழப்பிக் கொள்ளமாட்டான்.

– கிறிஸ்டோஃபர் காட்வெல்

4

தற்காலத் தமிழிலக்கியத் திறனாய்வுப் போக்குகள்

நவீன இலக்கியத் துறைகள் சிலவற்றைப் போல இலக்கியத் திறனாய்வும் இந்நூற்றாண்டிலேயே தோன்றி வளர்ந்து வருகிறது. முற்காலத்தில் இலக்கித் திறனாய்வு இருந்ததா இல்லையா என்னும் விவாதத்தை இவ்விடத்தில் எழுப்ப நான் விரும்ப வில்லை. அது தேவையற்ற வாதப் பிரதி வாதங்களில் எம்மை ஆழ்த்திவிடும். 'சங்க இலக்கியங்கள்' என்று வழக்கப்படும் சான்றோர் செய்யுட்களைத் தொகுத்தளித்த ஆசிரியர்களிலிருந்து பழந்தமிழ் இலக்கியங்களுக்குக் காலந்தோறும் உரைகள் எழுதி விளக்கஞ் செய்த இடைக்கால ஆசிரியர்கள் வரை நூல்களின் தரத்தையும் நயத்தையும் மனங்கொண்டு இலக்கியப் பணி புரிந்தோரெல்லாம் ஏதோவொரு வகையில் திறனாய்வு நோக்குடையோராய் இருந்தனர் என்பதில் ஐயமில்லை.

எனினும் தொகுப்பாசிரியர்களும் உரை யாசிரியர்களும் திறனாய்வைத் தனித்த ஒரு துறையாகக் கருதினாரல்லர். பழந்தமிழ்ப் பனுவல்களையும் இலக்கியங்களையும் பேணிப் பாதுகாப்பதும், அதற்கு அனுசரணையாக அந்நூல் களுக்கு விளக்கக் குறிப்புக்கள் கூறுவதுமே அவர்களது முதல் நோக்கங்களாயிருந்தன. இவற்றைச் செய்துகொண்டு போகும்பொழுது ஆங்காங்கே சில 'திறனாய்வுக்' குறிப்புகளையும்

குறித்துச் சென்றனர். பேராசிரியர், அடியார்க்கு நல்லார், நச்சினார்க்கினியர் முதலிய சில உரையாசிரியர்கள் திறனாய்வு நோக்கு வாய்க்கப் பெற்றிருந்தனர் என்பதிலும் ஐயமில்லை. எனினும் ஒட்டு மொத்தமாய்ப் பார்க்குமிடத்து இடைக்கால உரையாசிரியர்களுக்கு இலக்கியத்திலும் இலக்கணத்திலேயே நாட்டம் அதிகமாய் இருந்தது எனலாம். சுருங்கக் கூறுவதாகில், முற்காலத்து 'இலக்கியத் திறனாய்வு' இலக்கணம் தத்துவம் ஆகிய இரண்டிற்கும் துணையாகப் பயன்பட்டது என்று கூறுவது பொருத்தமாகும்.

தற்காலத்திலே திறனாய்வு என்ற பதத்திற்கு பரந்து விரிந்த பொருள் உண்டு; அது தனித்து இயங்கும் ஓர் இலக்கியப் பிரிவைக் குறிப்பதாகவும் இருக்கிறது. மொழியியல், உளவியல், மானிடவியல், சமூகவியல், வரலாறு, அறிவியல் முதலிய பல துறைகளின் தாக்கத்தை இன்றைய இலக்கியத் திறனாய்விலே காணலாமெனினும் அது தன்னளவில் முழுமையான இலக்கியப் பிரிவாக வளர்ந்திருக்கின்றது. இவ்வளர்ச்சியின் விளைவாக இன்றைய திறனாய்வு முற்கால இலக்கிய ஆய்விலிருந்து பலவிதங் களில் வேறுபடுகிறது. அவற்றில் இரண்டை இங்குக் குறிப்பிடுதல் தகும்: பழைய உரையாசிரியர்கள் தமது சொந்தக் கருத்துக்களுக்கு முக்கியத்துவம் அளிக்கவில்லை. அதாவது திறய்னாவாளனது அறிவுக்கோ ஆற்றலுக்கோ இடம் வைக்கவில்லை. பழைய நூலை ஆய்வோன் தனது ஆளுமையை அந்நூலின் விளக்கத்தோடு கலத்தல் ஆகாது என்ற நம்பிக்கை வேரூன்றியிருந்தது. இதன் காரணமாகத் தவிர்க்க இயலாதபடி தம் காலத்துக் கருத்துக்களை ஒட்டிச் சிற்சில புதிய சிந்தனைகளையும் விளக்கங்களையும் கூறியபோதும் அவை மூலநூலாசிரியன் கருத்துக்களே என்று விடாப்பிடியாக வற்புறுத்திக் கூறினர். "நூலாசிரியர் சொல்லாத கருத்து எதுவும் இல்லை என்று உணர்த்த முற்பட்டனர்; நூலாசிரியர்களுக்குப் புகழ் தேடினர்" (மு.வை. அரவிந்தன், *உரையாசிரியர்கள்*, பக். 63). இத்தகைய மனப்போக்கிற்கு மாறாக, நவீன திறனாய்வாளர், எடுத்துக்கொண்ட பொருளைப் பற்றித் தாம் யாது கருதுகின்றனர் என்பதையே முதன்மைப்படுத்திக் கூறுவர். நமது காலத்திற்குரிய ரசனை, வாசகர் வட்டம் என்பவற்றில் ஏற்பட்டுள்ள மாற்றங்களை இது பிரதிபலிக்கிறது எனலாம்.

இன்னுமொன்று: நூலாசிரியருக்குப் புகழ் தேடும் நோக்கத்தி னால் தம் கருத்துக்களையும் அவர் கருத்தாகக் கூறுவதைப் போலவே பழைய நூல்களிற் பிழை சொல்லவும் அஞ்சினர் உரையாசிரியர். இவை யாவற்றின் விளைவாகவும் போற்றக்கூடிய நூல்களுக்கு அன்றி, ஏனையவற்றுக்கு உரையாசிரியர்கள் குறிப்புரைகள் கூறவில்லை. காலத்தை வென்றனவாய்க் கருதப்பட்ட புகழ்பூத்த

நூல்களுக்குப் பலர் உரைகள் எழுத முனைந்தனரேயன்றி, சமகாலத்து நூல்களுக்குக் கருத்துரை வழங்கவோ அல்லது அவற்றைத் திறனாயவோ எண்ணினார் அல்லர்.

இரண்டாவது பிரதான வேறுபாடு யாதெனில் மரபு வழிவரும் விதிகளுக்கு அமைய ஒரு நூலை மதிப்பீடு செய்ய மறுப்பதாகும். பண்டைய உரையாசிரியர்களாயினுஞ் சரி, தொகுப்பாசிரியர்கள் போன்றவராயினுஞ்சரி, சிற்சில இலக்கண, இலக்கிய "விதிகள்", "பிரமாணங்கள்" ஆகியவற்றை ஏற்றுக்கொண்டு அவற்றின் ஏற்புடைமையைக் கருதியே ஒரு நூலை அங்கீகரித்தனர். அதாவது அவர்களைப் பொறுத்தவரையில் 'விதிகளே' முக்கியமானவை யாய் விளங்கின. மரபிலிருந்து வழுவாமை மதிக்கப்பட்டது. அதனடிப்படையாகவே வழூவமைதி என்ற கோட்பாடும் எழுந்தது. நவீன திறனாய்வாளரோ புதியன புகுதலையும் புகுத்தப்படுதலையுமே சிறப்பு அம்சங்களாகக் கருதி ஒவ்வோர் நூலை மதிப்பிட முனைவர். பழைய உரையாசிரியர் 'விதிமுறைத் திறனாய்வு' செய்தனர் என்று கொண்டால் இக்காலத்தவர் விளக்கமுறைத் திறனாய்வு செய்பவர் எனக் கொள்ளலாம். அது மட்டுமன்று, மேனாட்டில் நவீன திறனாய்வே ஓர் ஆக்கத் துறையாகக் கணிக்கப்பட்டுள்ளது. இராமலிங்கர் "தான் கலந்து பாடுங்கால்" என்று விவரித்தாரே அதுபோல் 'தான்' கலந்த திறனாய்வே நவீன காலத்தைப் பிரதிபலிப்பதாகும். "தான் கலக்கும் இப்பண்பு அதாவது ஒரு கலைப்படைப்பில் ஆய்வறிவின் துணைகொண்டு ஈடுபடுவதற்கு ஒருவர் தன் ஆற்றலை முழு மூச்சாகப் பயன்படுத்துவதும், அவ்வாறு ஈடுபடுத்துவது அர்த்தமுள்ள அனுபவம் எனக் கருதுவதுமே நவீன இலக்கியத் திறனாய்வைப் 'பழைய இலக்கியத் திறனாய்வு'களிலிருந்து பெரிதும் வேறுபடுத்துகிறது" என்கிறார் றிச்சர்ட் பொஸ்டர் *(Richard Boster)* என்னும் ஆசிரியர்.

மேலே நான் விவரித்துள்ள நவீன இலக்கியத் திறனாய்வு சிறப்பு நோக்கிக் கொள்ளப்பட்டதே அன்றி விதிவிலக்கின்றி எம்மிடையே வழக்கிலுள்ளது என்பதற்கில்லை. வரலாற்றுக் காரணங்களால் மேற்கு நாடுகளில் எழுந்த கொள்கைகளையும் நடைமுறைகளையும் நோக்கி வளரும் தமிழ் இலக்கியத் திறனாய்வு அடிப்படையில் இப்பண்பினைப் பெற்றுள்ளது எனக் கொள்வது பொருத்தமாகும். ஆயினும், நவீன காலத்தில் தமிழில் வழங்கும் இலக்கியத் திறனாய்வு முற்று முழுதாகப் பிறநாட்டுத் திறனாய்வின் எதிரொலியே என்ற தவறான முடிவிற்கு ஒருவர் வந்துவிடக்கூடாது. மேற்கு நாடுகளில் நவீன திறனாய்வுக் கொள்கைகளும் நடைமுறைகளும் தோன்ற ஏதுவாயிருந்த அதே காரணிகள் தமிழ்ச் சமுதாயத்திலும் கடந்த சில தஸாப்தங்களாக

உருவாகி வந்திருக்கின்றன. அதாவது புதிய திறனாய்வு தோன்றி வளர்வதற்குரிய இன்றியமையாக் கூறுகள் எமது மொழியிலும் இருக்கின்றன. பழைய அளவைக் கட்டளைகளிலிருந்து விடுபாடு; திறனாய்வாளர் தமது கவனத்தைச் செலுத்தக்தக்க தகுதி பெற்ற புத்தம் புதிய ஆக்கங்கள்; எதிர்கால இலக்கியத்தைப் பற்றிய தன்னம்பிக்கையும் உள்ளக் கிளர்ச்சியும் – இம்மூன்றுமே நவீன திறனாய்வு தோன்றுவதற்குரிய முன்னீடுகளாய் இருந்தன என்கிறார் வில்பர் ஸ்கொற் *(Wilbur Scott, Five Approaches to Literary Criticism, p. 20)*. மகாகவி பாரதியார், வ.வே.சு. ஐயர், வ.ரா. ஆகியோரது எழுத்துக்களைப் படிப்போருக்கு முற்கூறிய இன்றியமையாக் கூறுகள் தமிழில் எவ்வாறு அமைந்தன என்பது புலனாகாமல் போகாது.

இவ்வாறு காலத்தையொட்டித் தோன்றிய தமிழ் இலக்கியத் திறனாய்வு அரை நூற்றாண்டளவு வரலாற்றையே உடையதாயினும் அதன் வளர்ச்சிப் போக்குகள் ஆராயத்தக்கனவாகும். இக்கட்டுரையில் கால அடைவைக் கொண்டு விவரிப்பதினும் பண்புகளைக் கொண்டு அதனைக் கோடிட்டுக் காட்டலாம் என எண்ணுகிறேன். திறனாய்வுத் துறையில் இதுகாலவரை உழைத்து வந்திருப்பவர்களை முப்பெரும் பிரிவினராக வகுக்கலாம். இம்மூன்று பிரிவினரையும் இனங்காட்டுவதன் மூலம் எமது திறனாய்வை ஓரளவு திறனாய்தல் கூடும்.

நவீன தமிழிலக்கிய உலகிலே இலக்கிய இரசனை என்றதும் முதலில் நினைவுக்கு வரும் பெயர் டி.கே. சிதம்பரநாத முதலியார். ‘ரஸிகமணி’ என்று பலராலும் பாரட்டப் பெற்ற டி.கே.சி. அடிப்படையில் சிறந்த சுவைஞராகவே இருந்தபோதும் திறனாய்வாளராகவும் கருதப்பட்டவர்; குறிப்பிடப்படுபவர். உதாரணமாக ‘டி.கே.சி.யின் விமரிசனப் பார்வை’ என்ற மகுடமிட்டு சி. கனகசபாபதி சில காலத்துக்கு முன் மாசிகை ஒன்றில் கட்டுரை வரைந்திருந்தார். அக்கட்டுரையில் “பண்பாட்டு வளர்ச்சி நோக்கில் ரசனைமுறை திறனாய்வை நடத்தியவர் டி.கே.சி.” என்கிறார் ஆசிரியர். இக்கருத்தை நாம் ஏற்றுக்கொள்வதில் தடையெதுவும் இல்லை. இம்முறை பற்றிய விவரணமும் விளக்கமுமே இங்கு வேண்டப்படுவதாகும்.

இக்கட்டுரையின் முற்பகுதியில் நவீன திறனாய்வின் பண்புகளைக் குறிப்பிடுகையில் திறனாய்வாளன் இலக்கண விதிகளைக் கொண்டு ஓர் இலக்கியப் படைப்பை அணுகாமல் தனது சொந்த அனுபவத்தையும் ஆய்வறிவையும் கருவியாகக் கொண்டு அதனை நோக்குவது குறிப்பிடத் தக்கதாயுள்ளது எனக் கூறினேன். அதன் சாயலை டி.கே.சி.யின் திறனாய்விற்

காணலாம். தனிப் பாடலிலிருந்து காவியம் வரை அனைத்தையும், "அளவை நோக்கில் முதலில் பார்க்காமல் அநுபவ நோக்கில் முதலில் பார்த்தவர் டி.கே.சி." என்கிறார் சி. கனகசபாபதி. மெத்தச் சரி. பெரும்பாலான உரையாசிரியர்களைவிட ஒருபடி மேலே சென்றிருக்கிறார் டி.கே.சி. என்பதை ஒப்புக்கொள்வோம். எடுத்துக்கொண்ட பாடல்களுடன் டி.கே.சி. தான் கலந்தார் என்பதும் தெளிவு. ஆனால் தன் சொந்த அநுபவத்தையே பிரதான அளவுகோலாய்க் கொண்ட அவர் கவிதையிலே சிறப்புடைய தாகக் கண்டு காட்டியது எது என்பது இவ்விடத்தில் நியாயமான வினாவாகும்.

தம் நண்பர் ஒருவருக்கு எழுதிய கடிதம் ஒன்றிலே டி.கே.சி., "விமரிசனம் என்பது கவிதையின் கருத்துகளைக் கொண்டு எழுதுவது அல்ல; வார்த்தைகளைக் கொண்டாக்கும் எழுதுவது" என்ற வரைவிலக்கணம் வகுத்திருக்கிறார். இக்கூற்று அவரது விமரிசனக் கோட்பாட்டைப் பொறுத்தவரையில் மிக முக்கியமானது, உயிர்க் கூற்றாக அமைந்தது. இலக்கியத்தில் – கவிதையில் – பொருள் அல்லது கருத்து அல்லது விஷயம் முக்கியம் அல்ல எனவும், நயமான சொற்கள் இசைப் பண்புடனும் தாளத்துக்கு இயைந்த வகையிலும் அமைந்து வருவதே பிரதானம் எனவும் நம்பியவர் டி.கே.சி. இராகங்களில் பாடக்கூடிய பாடல்களையே சிறந்த கவிதைகளாகப் போற்றினார் அவர். இதனால்தான் அவரது திறனாய்வுகளில் பாவம், தாளம், உருவம், உணர்ச்சி, பாவனை, நர்த்தனம், தொனி முதலிய சொற்கள் அடிக்கடி அடிபடுவதைக் காணலாம்.

கவிதையில் உணர்ச்சியும் உருவமுமே உயிரானவை எனக் கொண்ட டி.கே.சி. பரந்த தமிழ்க் கவிதைப் பரப்பிலிருந்து சிற்சில பாடல்களைத் தெரிந்தெடுத்து வைத்துக்கொண்டு அவற்றை நண்பருக்கும் மற்றையோருக்கும் வாழ்நாள் முழுவதும் பரவசத்துடன் பாடிக் காட்டி வியாக்கியானஞ் செய்து இன்பத்தில் திளைத்தார். இதனாலேயே ரஸிகமணி என்ற பாராட்டுக்கும் உரியவரானார் டி.கே.சி. சிறந்த எடுத்துக்காட்டாக விளங்கும் இத்திறனாய்வு முறை இந்தியாவிலும் ஈழத்திலும் இருபது முப்பது வருடங்களாகப் பல 'அமெச்சூர்' இலக்கிய மாணவர்களால் மேற்கொள்ளப்பட்டு வந்திருக்கிறது. இவர் களில் பெரும்பாலானோர் வாழ்க்கையின் முதற்பகுதியில் ஆங்கிலங் கற்று துரைத்தன உத்தியோகங்கள் பார்த்துவிட்டு, இளைப்பாறுங் காலத்தில் 'தமிழ்த் தொண்டு' செய்யுமுகமாகத் தாம் பெற்ற இலக்கிய இன்பத்தைப் பிறரும் பெறவேண்டும் என விழைந்தோராவர். புதிதாகக் கண்டறிந்த இன்பத்தின் வேகமும் துடிப்பும், முறையாகப் பயிற்சி பெறாமையினால் ஏற்படும்

கட்டுப்பாடின்மையும், ஆராய்ச்சிக்குப் பதிலாக ஆர்வமே வழி நடத்துவதால் உண்டாகும் அசட்டுத்தனமான தன்னம்பிக்கையும், பிறருக்கு அறிவூட்டும் தகைமை தனக்குண்டு என்ற அந்தஸ்து இறுமாப்பும் இவர்களிடத்துக் காணப்படும் சிறப்பியல்புகள். இவர்களிற் சிலருக்குச் சமய ஈடுபாடும் இருக்கவே சைவத்தையும் தமிழையும் ஒருங்கே வளர்க்கும் புரவலர்களாகப் பாரட்டப் பெறுவதில் வியப்பெதுவுமில்லை.

ஆங்கிலம் படித்த காரணத்தினால் தமிழில் என்ன இருக்கிறது என்ற அறியாமையில் மூழ்கிக் கிடந்த மத்தியதர வர்க்கத்தினரிடையே தமிழிலக்கிய விழிப்பையும் ஆர்வத்தையும் உண்டாக்கிய வரலாற்றுப் பாத்திரம் இத்தகைய ரசனை முறைத் திறனாய்வாளரைச் சார்ந்ததாயினும், விரும்பத்தகாத சில விளைவுகளும் ஏற்பட்டன என்பதைக் கூறியே ஆக வேண்டும். அவற்றைப் பின்வருமாறு தொகுத்துக்காட்டலாம்.

1. இலக்கிய ரசனை பொழுதுபோக்கு என்ற எண்ணம் வேரூன்றியது.
2. தனிச் செய்யுட்களே சிறந்த கவிதைகள் என்ற கருத்து பரவியது.
3. உணர்ச்சி வெளிப்பாடே இலக்கியத்தின் குறிக்கோள் என்ற எண்ணம் சமயக் கொள்கை போல நிலை நாட்டப்பட்டது.
4. சிறுகதை, நாடகம், நாவல் முதலிய இலக்கியப் பிரிவுகள் புறக்கணிக்கப்படலாயின.
5. கவிதைகளை நுனித்து நோக்கி ஆராய்வதற்குப் பதிலாக அவற்றைப் பற்றிக் கதையளப்பதே விமர்சனமாக ஏற்றுக் கொள்ளப்பட்டது.
6. அநுபவமே அடிப்படை என்ற கோஷத்தின் பெயரால் ஆய்வறிவு பூர்வமான நோக்கு கைவிடப்பட்டது; திறனாய்வு முற்று முழுதாக அகநிலைப்பட்டது. எந்த விதமான புறநிலைப்பட்ட அளவைகளுக்கும் இடமின்றிக் கவிதை எடுப்பார் கைப்பிள்ளையாக மாறியது.

இப்பிரிவினரிற் சிலர் காலப்போக்கிலே பாரதியார், தேசிக விநாயம் பிள்ளை ஆகிய இருவரையும் பாராட்டினரெனினும் பெரும்பாலோனோர் பழைய புலவர்கள் புகழ் பாடுவதிலேயே பெரிதும் அக்கறை காட்டினர். கம்பன் புகழ்பாடிக் கன்னித் தமிழ் வளர்க்கும் முயற்சிகள் இப்பிரிவைச் சேர்ந்தோரால்

மேற்கொள்ளபட்டனவேயாகும். இக்குழுவினர் குறித்து 'மணிக்கொடிக் காலம்' என்ற தொடர் கட்டுரையில் (அத். 5) பி.எஸ். ராமையா கூறியிருப்பன எமது கூற்றை வலியுறுத்தும்.

> அந்த இலக்கிய வட்டத்தில் வந்து கூடியவர்களில் முக்கியமான சிலர் நமது பழைய தமிழ் இலக்கியங்களில் நல்ல தேர்ச்சி உடையவர்கள்; அவற்றில் திளைத்துச் சுவைத்தவர்கள்; மற்றவர்கள் ஓரளவு தமிழ்வழி பண்டைய இலக்கியச் சுவையும், பெரிய அளவு ஆங்கிலத்தின் வழி இலக்கியச் சுவையும் பெற்றவர்கள். அவர்கள் கூட்டங்கள் யாவும் தமிழ் இலக்கியச் சுவைக் கூட்டங்கள்தாம். ஆனால் அவர்கள் தமிழ் இலக்கியம் என்று கருதியவை, ஏற்றுக்கொண்டவை யாவும் அன்றைக்குப் பல நூற்றாண்டுகளுக்கு முன்பு படைக்கப்பட்டவை!
>
> அந்த இலக்கிய வட்டத்தினர் வேதநாயகம் பிள்ளை, ராஜம் ஐயர், மாதவையா நூல்களை ரசித்தார்கள். ஆனால் அவற்றை அவர்கள் இலக்கியங்களாக ஏற்றுக்கொள்ளவில்லை அல்லது கருதவில்லை என்றுதான் தோன்றியது.

இந்நிலையிலேயே இப்போக்குக்கு எதிர்விளைவாக, நவீன இலக்கியங்களைப் படைப்பதில் ஈடுபட்டுக்கொண்டிருந்த எழுத்தாளர்கள் சிலர் திறனாய்வுத் துறையில் கவனஞ் செலுத்தலாயினர். தாமும் தமது சகாக்களும் அவர் போன்றோரும் படைத்துக்கொண்டிருந்த புதிய இலக்கியப் பிரிவுகள் குறித்தே இவர்கள் பெரும்பாலும் சர்ச்சை செய்தனர். பல்வேறு காரணங்களால் பழைய இலக்கியங்கள் பற்றி இவர்கள் எழுத முற்படவில்லை; அதற்குரிய ஆற்றலையும் அறிவையும் பயிற்சியையும் பெற்றிருக்கவும் இல்லை. முதல் தமிழ் நாவலான *பிரதாப முதலியார் சரித்திரம்* என்ற நூலிலிருந்தே இவர்கள் இலக்கிய வரலாற்றைக் கண்டனர்; கணித்தனர்.

பழைய இலக்கியங்களைப் புறக்கணித்ததால் இவர்களது பார்வை முழுமையாயில்லாதது மாத்திரமன்றி, தமிழ் இலக்கியத்தின் வளர்ச்சியையும் தொடர்ச்சியையும் வரலாற்று அடிப்படையில் இனங்கண்டு கொள்ளமாட்டாததாயும் அமைந்தது. உதாரணமாக, சான்றோர் செய்யுள்களுக்கும் இருபதாம் நூற்றாண்டுக் கவிதைகளுக்கும் இருக்கும் ஒத்த தன்மைகளையும் கூறொப்புமைகளையும் காணவோ, பல்லவர் காலத்து உணர்ச்சிப் பாடல்களுக்கும் நவீன உணர்ச்சிக் கவிதைகளுக்கும் இருக்கும் ஒப்புடைமைகளையும் நாயக்கர்

காலத்துக் கவிதைகள் சிலவற்றிற்கும் "புதுக்கவிதை"கள் சிலவற்றுக்கும் உள்ள பொதுப்பண்புகளையும் கண்டுகொள்ளவோ இவர்களால் இயலவில்லை. சுருங்கக்கூறின், தமிழ் இலக்கியப் பரப்பை இயக்கவியல் அடிப்படையில் நோக்காது, நவீன காலப் பகுதியைத் தனித்து நோக்கினர். இதனால் மேல்நோக்கான அபிப்பிராயங்களையே கூறினர்.

இவர்களில் சிலருக்குத் தமிழைவிட ஆங்கிலப் பரிச்சயமே அதிகமாக இருந்தது என்றும் கூறலாம். காட்டாக, க.நா. சுப்ரமண்யம் என்பவரைக் குறிப்பிடலாம். (திருக்குறள், சான்றோர் செய்யுட்கள் முதலியவை பற்றி இவர்கள் குறிப்பிட நேரும் வேளைகளில் சிறுபிள்ளைத்தனமாகவும் பயனற்ற வகையிலும் உளறுவதற்கு இதுவே காரணமாகும்.) இத்தகைய குறைபாடுகள் இருந்தபோதும், இப்பிரிவினர் நவீன இலக்கியப் படைப்புகளை ஆழ்ந்த அக்கறையுடனும் நுணுக்க நோக்குடனும் அணுகித் திறனாய்ந்தனர் என்பதை எவரும் மறக்க இயலாது. இத்தகைய திறனாய்வு முயற்சிக்கு முன்னோடியாக அமைந்த ஒரு நூலை இங்குக் குறிப்பிடாமல் இருக்க முடியாது. இற்றைக்கு முப்பத்தைந்து வருடங்களுக்கு முன் (1937) கு.ப. ராஜகோபாலன், பெ.கோ. சுந்தரராஜன் ஆகிய இருவரும் *கண்ணன் என் – கவி* என்ற நூலை வெளியிட்டனர். 'பாரதியின் கவிதையும் இலக்கிய பீடமும்' என்பது நூலின் உபதலைப்பு. கு.ப. ராஜகோபாலன் முன்னுரையில் கூறியிருக்கும் சில வாக்கியங்கள் கவனத்திற்குரியவை:

"பாரதி மகாகவி என்பதை ஸ்தாபிக்க இவைகளில் (பின்வரும் கட்டுரைகளில்) ஒரு சிறு முயற்சி செய்யப்பட்டிருக்கிறது. அவருடைய காவிய எழுத்துக்கள் யாவும், கூடியவரையில் பட்ச பாதமற்ற, ஒரு சிறு விமரிசனத்திற்கு உள்ளாக்கப்பட்டிருக்கின்றன ... பாரதியின் காவியங்களைத் தனித்தனியாக ஆராய விரும்புகிறேன். பாரதி மகாகவிதான் என்பதைக் கூடிய மட்டும் அவருடைய எழுத்துக்களிலிருந்தே எடுத்துக்காட்ட எண்ணுகிறேன் ... பாரதியின் கவிதையைப் பற்றிச் சரியான முடிவுகட்ட இன்னும் காலம் வரவில்லை என்று சொல்லப்படுகிறது. அதை நான் ஒப்புக்கொள்ளவில்லை."

இம்மேற்கோளில் காணப்படும் சில கருத்துக்கள் மனங் கொள்ள வேண்டியன. ஆய்வுக்கு எடுத்துக்கொள்ளும் ஆக்கத்தை நடுவுநிலையுடன் அணுகவேண்டும் என்பதும்,

அந்த ஆக்கத்தை மாத்திரம் ஆதாரமாய்க் கொண்டு அதனையும் அதனை ஆக்கியோனையும் மதிப்பிடல் வேண்டும் என்பதும், காலத்தின் கணிப்புக்குக் காத்திராமல் சமகாலப் படைப்புகளைத் தாராளமாகத் திறனாயலாம் என்பதும் கு.ப. ராஜகோபாலன் கொள்கையாகத் தெரிகிறதல்லவா? மேலே காட்டிய இருவர் மாத்திரமன்றி, அவர்களோடு சமகாலத்தில் புதிய இலக்கியங்கள் படைக்கத் தொடங்கியவர்களான க.நா. சுப்ரமண்யம், சி.சு. செல்லப்பா, புதுமைப்பித்தன், ந. சிதம்பர சுப்பிரமணியன் முதலியோரும் அவர் போன்றோரும் இத்தகைய திறனாய்வுகளில் காலத்துக்குக் காலம் ஈடுபட்டிருக்கின்றனர். கு.ப. ராஜகோபாலனும் பெ.கோ. சுந்தரராஜனும் நூல் வெளியிடுவதற்கு முன்னதாகவே பாரதியைப் பற்றி ஆய்வுக் கட்டுரைகள் வெளிவரத் தொடங்கியிருந்தன. உதாரணமாகக் *கலைமகள்* சஞ்சிகையில் (1935) ப.அ. நடேசன் என்பார் 'பாரதியின் பண்பு' என்றொரு கட்டுரையை எழுதியிருந்தார். அதில் ஓரிடத்திலே பின்வருமாறு எழுதியிருக்கக் காணலாம்:

> தமிழ் மொழியின்கண் பாவும் பாவினங்களும் மலிந்து கிடக்கும் போழ்து அவைகளை விடுத்துப் புதிய உணர்ச்சிகளை விளக்க யாரும் கையாளாத நூதன யாப்புக்களையும் விழுமிய நடைகளையும் மேற்கொண்டிருக்கின்றனர். ஒவ்வொரு பாடலும் வெவ்வேறு முறைகளைத் தழுவியதாகும்.

முதலில் நாம் பார்த்த ரசனைமுறைத் திறனாய்வாளர் இரண்டொரு விதிவிலக்குகளைத் தவிர இலக்கியச் சிருஷ்டியில் ஈடுபட்டவரல்லர். ஓய்வு வேளையில் தம் பொழுதுபோக்கிற்காகக் கவிதா ரசனையில் இறங்கியவர்கள். ஆனால் இரண்டாவது பிரிவினரோ இலட்சிய வேகத்துடன் புதுப்புது இலக்கியங்களைப் படைப்பதில் மும்முரமாக ஈடுபட்டிருந்தவர்கள். எனவே இலக்கியத் தொழிலின் நுட்பங்கள், உத்திகள், நடைமுறைகள் என்பவற்றில் நிரம்பிய அக்கறை கொண்டவராயிருந்தனர். இதனால் காலத்தின் முடிவுக்குக் காத்துக்கொண்டிராமல் இலக்கியப் படைப்புகளைச் 'சுடச்சுட' மதிப்பிடும் நடைமுறைத் தேவையும் இவர்களுக்கிருந்தது. அதே சமயத்தில் தமது நோக்கும் அணுகுமுறையும் முந்தியவர்களின் போக்கிலிருந்து வேறுபட்டவை என்ற உணர்வும் இவர்களுக்கிருந்தது. புதுமைப்பித்தன் எழுதிய கடிதம் ஒன்றில் இதனைக் காணலாம்.

> "*Literary criticism*" என்பது சடுகுடு மாதிரி. மூச்செடுத்து வருகிறவன்மேல் உட்கார்ந்து லொத்துவது என்றோ

அல்லது தேனையும் பாலையும் நெய்யையும் தலை வழியாக ஊற்றி, கவிராயர் தம் கன்னத்தில் வடியும் மாதுர்யங்களை நக்கிக்கொண்டிருக்கும்படி செய்விப்பது எனவோ கருதப்பட்டு வரும் இந்நாளில், நான் சொல்லுவது மட்டும் என்ன வசிஷ்டர் வாக்கியம் ஆகிவிடப்போகிறதா? . . . டி.எஸ். எலியட் சொல்லுகிற மாதிரி மனசில் பசையுடனும், பார்வையில் 'பூ விழாமலும்' இருக்கிறவனுக்குத்தான் கையில் கிடைத்தது காகிதப் பூவா, நிஜப் பூவா என்பதை உணர்ந்து கொள்ள முடியும்.

தேனையும் பாலையும் நெய்யையும் பற்றிக் குறிப்பிட்டிருப்பது காலக்ஷேப மரபில் வந்த ரசனை முறைத் திறனாய்வேயாகும். அதனை விடுத்து காகிதப் பூவுக்கும் நிஜப் பூவுக்கும் வேறுபாடு கண்டு காட்டும் துணிவும் நம்பிக்கையுமே விமர்சகனுக்கு அத்தியாவசியம் என்கிறார் புதுமைப்பித்தன். இப்பிரிவைச் சார்ந்த திறனாய்வாளர்கள் பகுப்புமுறைத் திறனாய்வைக் கைக்கொண்டவர்கள் என்று கூறலாம். கவிதை ஒன்றை எடுத்து வைத்துக்கொண்டு அதனைச் சோடித்துத் தன்னைப் பற்றிக் கூறும் ரசனை முறைத் திறனாய்வாளனைப் போலன்றி, இவர்கள் இலக்கியப் படைப்புகளை – குறிப்பாக நவீன வசன இலக்கியங்களை – கூர்ந்து நோக்கி, அவற்றின் இயல்புகளையும் அழகியல் தன்மைகளையும் விவரிக்க எத்தனித்தவர்கள். திறனாய்வுப் பாதையில் இது சிற்சில திருத்தங்களையும் முன்னேற்றங்களையும் காட்டியது. ஆயினும், புதுமைப்பித்தனைத் தவிர இவர்களிற் பெரும்பாலானோருக்குப் பழந்தமிழ் இலக்கண இலக்கியங்களில் போதிய அளவான பயிற்சியும் பரிச்சயமும் இல்லாமையினால் உண்மையான புதுமையை இனங்காணவும் புதிய இலக்கியப் படைப்புக்களை அவற்றுக்குரிய ஸ்தானத்தில் வைத்து நோக்கவும் வாய்ப்பில்லாது போயிற்று. உதாரணமாக இவர்களிற் பலருக்கு யாப்பிலக்கண ஞானம் இல்லாதிருந்தமையால் கவிஞனுக்கு யாப்பிலக்கணம் சுமையாகவும் விலங்காகவும் உள்ளது என்ற பொதுப்படையான முடிவுக்கு வந்தனர். இதன் விளைவாக இப்பிரிவைச் சேர்ந்த கு.ப. ராஜகோபாலன், ந. பிச்சமூர்த்தி முதலியோர் 'வசனகவிதை', 'புதுக்கவிதை' என்ற மாய ரூபங்களை நாடும் பரிதாபகரமான நிலையும் எழுந்தது. இதன் தொடர்ச்சியை இன்றும் நாம் காணலாம்.

இத்தியாதி குறைபாடுகளோடு, இலக்கியத்தில் பொருளிலும் உருவமே பிரதானம் என்ற 'அழகியற்' கோட்பாட்டில் இவர்களும் ஆழ்ந்த நம்பிக்கையுடையராயிருந்தனர். இப்பிரிவினர் சில

காலம் நடத்திய *மணிக்கொடி* சஞ்சிகையிலிருந்து சமீப காலத்து *எழுத்து, நடை* முதலியனவரை காலத்துக்குக் காலம் கண் சிமிட்டி மறைந்த பல சிறு சஞ்சிகைகளில் ஏறத்தாழ மூன்று தஸாப்தங்களாகச் சிற்சில சிறுகதையாசிரியரைப் பற்றியும், (அரைநூற்றாண்டுக்கு முன்) இலக்கியப் பரிசோதனைகள் நடாத்திய நாலைந்து ஐரோப்பிய இலக்கியக் கர்த்தாக்களைப் பற்றியுமே எழுதிவந்துள்ளனர். இது தேக்கநிலையின் அறிகுறி என்பதில் எவ்வித ஐயமுமில்லை. என்.எஸ். ஜகன்னாதன் என்பவர் சில காலத்துக்கு முன் *கணையாழி* சஞ்சிகையில் எழுதிய கட்டுரை ஒன்றிலே கூறியிருப்பது இவ்விடத்தில் பொருத்தமாயுள்ளது:

> இலக்கிய ஆய்வு என்ற முயற்சியும் ஏதோ ஒரு சிறு காணி நிலத்தைத் திரும்பத் திரும்ப உழும் வியர்த்தமாகவே எனக்குப் படுகிறது. சி.சு. செல்லப்பாவின் ஆர்வத்தை நான் வணங்குபவன் என்றாலும் அவர் சிறுகதை இலக்கியத்தைத் துருவித்துருவி ஆராய்ந்துகொண்டிருப்பது தமிழ் நாட்டின் இன்றைய சிந்தனை வறுமையை இடித்துக் காட்டுவதாகவே எனக்குப் படுகிறது.

டில்லி வாசியான ஜகன்னாதன் தமிழ் நாட்டுக்கு வெளியே வசிப்பதால் ஓரளவு பற்றற்ற முறையில் இவ்வாறு கூறியுள்ளார். எனினும், தமிழகத்திலுள்ள பகுப்புமுறைத் திறனாய்வாளர் பலர் "பல சிந்தனை மனோதத்துவ இடர்களில் அகப்பட்டுக்கொண்டு உழல்கின்றனர்."

கால அடைவில் நோக்கும்போது இரண்டாவது பிரிவினரான பகுப்பு முறைத் திறனாய்வாளர் ரசனை முறைத் திறனாய்வாளரிலும் பார்க்க ஒரு படி முன்னேறியவர்கள் என்பதும், நவீனத்துவம் *(Modernity)* எனப்படும் பண்பும் உணர்வும் அவர்கள் மூலம் எமது இலக்கிய உலகில் பிரசித்தம் பெற்றன என்பதும் உண்மையே. உதாரணமாக, பாரதியாரைப் பற்றி நூல் எழுது முன்னரே கு.ப.ரா. *மணிக்கொடியில்* ரவீந்திரரின் கவிதை பற்றி விமரிசனக் கட்டுரை எழுதியிருந்தார். "தமிழில் புதிய விமரிசனமுறை எழுத்துக்கு அதுதான் தொடக்கம் என்று நினைக்கிறேன்" என்கிறார் பி.எஸ். ராமையா. நவீன திறனாய்வு வரலாறு ஆராய்ச்சிபூர்வமாகவும் விரிவாகவும் இன்னும் எழுதப்படாத நிலையில் பி.எஸ். ராமையா கூறுவதை முடிந்த முடிபாகக் கருதவேண்டியதில்லை. அநுபவத்தின் அடிப்படையில் அபிப்பிராயம் கூற உரிமையுடைய ஒருவரினது கூற்று என்ற அளவிலேயே அதனை ஏற்றுக்கொள்ளுதல் நல்லது. ஏனெனில் அக்காலப்பகுதியில் எழுந்த சிறு சஞ்சிகைகளிலும் *கலைமகள்*

இதழிலும் திறனாய்வுப் பண்பு பொருந்திய கட்டுரைகளையும் குறிப்புக்களையும் படைப்பிலக்கிய கர்த்தாக்கள் எழுதி வந்துள்ளமை புலனாகிறது. உதாரணமாக, *சுதந்திரச் சங்கு* வாரப்பதிப்பு ஒன்றில் (ஜனவரி 1934) சிறுகதை சம்பந்தமாக தி.ஜ. ரங்கநாதன் சில கருத்துக்களைக் கூறியிருந்தார். சிறுகதையின் உருவம் சம்பந்தமாக அவர் சிந்தித்திருப்பது கவனித்தற்குரியது:

> சிறுகதைகள் ஏராளமாக மலிந்துவிட்ட இங்கிலீஷில் சிறுகதை இப்படித்தான் இருக்க வேண்டும் என்று வரையறுக்கப்படவில்லை. சில சமயம் ஒரு வியாசத்தின் தன்மையைக்கூட அவை அடைந்து விடுகின்றன. நடைச்சித்திரமாகவும், நிகழ்ச்சி வர்ணனையாகவும், பாத்திர வர்ணனையாகவும், விசித்திரக் கற்பனையாகவும் ரூபம் பெற்ற சிறுகதைகள் உண்டு. . . . கதைகள் ஒவ்வொன்றிலும் தெள்ளத் தெளிய பிரசாரம் இருக்கவேண்டுமென்று எண்ணுவதும் தவறு. **தற்காலத்தில் பிரசாரத்துக்கு தேவை இருக்கிறது என்பது வாஸ்வதவம்தான்.** ஆனால் என்றும் மங்காப் புகழுடன் பொலியக்கூடிய கலைச்சுவை நிரம்பிய செளந்தரியமான கதைகளும் வேண்டும். அவைதான் திரும்பத் திரும்ப எவ்வளவு முறை படித்தாலும் அலுக்காத தெள்ளமுதமா யிருக்கும். (சி.சு. செல்லப்பா, *தமிழ்ச் சிறுகதை பிறக்கிறது*, 1974, பக். 138–9; தடித்த எழுத்துக்கள் எம்மாலிடப்பட்டவை.)

சிறந்த கட்டுரைகள் பலவற்றை எழுதியுள்ள தி.ஜ.ர. அவ்வப்போது திறனாய்வுப் பிரச்சினைகளிலும் அக்கறை காட்டியிருக்கிறார்.

*மணிக்கொடி*யிலும், அதற்குப் பின்னர் காலத்துக்குக் காலம் தோன்றி மறைந்த ‘இலக்கிய’ சிறு சஞ்சிகைகளிலும் புதுமைப்பித்தன், க.நா.சு., ந. ராமரத்தினம், வல்லிக்கண்ணன் முதலியோர் நடத்திய சர்ச்சைகளும் வாதப் பிரதிவாதங்களும் திறனாய்வு வளர்ச்சிக்குத் தமது பங்களிப்பைச் செலுத்தியுள்ளன என்பதில் ஐயமில்லை ஆயினும் வரலாற்று உணர்வின்மை, அதீத தனிமனிதவாதம், பழந் தமிழிலக்கியப் பரிச்சயமின்மை, தாம் புது முயற்சிகளில் ஈடுபட்டுள்ளவர்கள் என்ற அசட்டுக் கெளரவ மனோபாவம் ஆகிய உள்ளார்ந்த பலவீனங்களால் பிறப்பிலிருந்தே பீடிக்கப் பெற்ற இக்குழுவினர், ‘சென்று தேய்ந்திறுதல்’ என்னும் நியதிக்குப் பலியாகியுள்ளனர்.

இனி, மூன்றாவது பிரிவினரைக் கவனிப்போம். ஒரு வகையில் பார்க்கும்பொழுது இப்பிரிவினரே காலத்தால் முற்பட்டவர்கள்

என்று கூறவேண்டும். ஏனெனில், நவீன தமிழிலக்கியத்தில் திறனாய்வுத் துறையின் முதன் முயற்சியாளராய்க் கொள்ளப்படும் வ.வே.சு. ஐயர், தமது *கம்பராமாயண ரசனை* என்ற நூலை இயற்றுவதற்கு முன்னதாகவே இந்நூற்றாண்டின் தொடக்கத்தில் (1903) சுவாமி வேதாசலம் (மறைமலையடிகள்) *முல்லைப்பாட்டு ஆராய்ச்சியுரை* என்ற நூலை வெளியிட்டிருந்தார். (மறைமலை அடிகளுக்கும் முன்னதாக (1897) *சித்தாந்த தீபிகை* என்ற சஞ்சிகையில் தி. செல்வகேசவராய முதலியார் மேலைப்புலத்துத் திறனாய்வாளர்களைச் சான்றுகாட்டி, 'கம்பன்' என்ற கட்டுரைத் தொடரை எழுதியிருந்தார்.) சான்றோர் செய்யுளில் ஒன்றான முல்லைப்பாட்டுக்கு இடைக்கால உரையாசிரியரான நச்சினார்க்கினியர் எழுதிய உரை பொருத்தமற்றது என எண்ணிய வேதாசலம் அவர்கள், "நூலை ஆக்கியோன் கருத்தையொட்டிக் காலத்துக்கேற்றபடி விரிந்த ஆராய்ச்சி உரை" ஒன்றை எழுதியதாகக் கூறிய அதே வேளையில், அக்காலத்தில் சிறப்புடன் விளங்கிய ஆங்கில இலக்கியத் திறனாய்வாளர் வில்லியம் மின்டோ என்பவரின் திறனாய்வுக் கோட்பாடுகளைப் பின்பற்றி அந்நூலை எழுதியதாகவும் உரிமை பாராட்டினர்.

இக்கூற்று உற்றுநோக்கத்தக்கது. மறைமலை அடிகளிலிருந்து மார்க்கபந்து சர்மாவரை வழிவழி வரும் இப்பிரிவைச் சேர்ந்த திறனாய்வாளர், தாமும் நவீன ஆங்கில இலக்கியத் திறனாய்வாளரைப் பின்பற்றியும் தழுவியும் இலக்கிய ஆய்வுகள் நடாத்துவதாக உரிமை பாராட்டுவர். அதே சமயத்தில் பழைய உரைகளின் போதாமையை உணர்ந்து புதிய (காலத்துக்கியைந்த) விளக்க உரைகள் எழுதுவதாகவும் கூறிக்கொண்டனர். காட்டாக, பேராசிரியர் மு. வரதராசன் எழுதிய *திருவள்ளுவர் அல்லது வாழ்க்கை விளக்கம்* என்னும் நூலைக் குறிப்பிடலாம்.

இத்தகைய திறனாய்வாளரின் உரிமைக் கோரிக்கைகள் ஒருபுறமாக, நாம் இவர்களின் நூல்களை விருப்பு வெறுப்பின்றி நோக்கினால் அவை 'நவீன திறனாய்வு' முலாம் பூசப்பெற்ற புதிய விருத்தியுரைகளாகவே அமைந்திருப்பது உறுதிப்படும். இப்பிரிவினரிற் பெரும்பாலோர் இயற்றமிழாசிரியராயும் மரபு வழித் தமிழ்ப்புலமை உடையோராயும் கல்விக்கூடங்களில் பதவி வகிப்போராயும் இருக்கக் காணலாம்.

தவிர்க்க இயலாத வகையில் தமிழில் வந்து நிலைத்துவிட்ட திறனாய்வு என்ற ஆய்வறிவுத் துறைக்குத் தாமும் ஈடு செலுத்த வேண்டும் என்ற உந்துதலினால் விரும்பியோ விரும்பாமலோ இவர்கள் இத்துறையில் முயற்சி செய்கின்றனர் என்று கூறுவதில் தவறிருக்காது. ஆயினும் இவர்களது சார்பும் அக்கறையும்

எதிர்பார்க்கக் கூடியது போலப் பழைய பெரு நூல்களின் மீதே படிந்திருக்கக் காணலாம். திருக்குறள், சிலப்பதிகாரம், சான்றோர் செய்யுட்கள், கம்பராமாயணம், சீவகசிந்தாமணி, திருவாசகம் முதலியனவே திரும்பத்திரும்ப இவர்களால் வெவ்வேறு கோணங்களில் விளக்கப்படுகின்றன. ஏனைய இரு பிரிவினரோடு ஒப்பிடுகையில் இவர்களுக்கு இலக்கியங் கூறும் பொருளில் கவனம் உண்டென்பது வெளிப்படை. குறிப்பாக அறிவியல் பயன் மதிப்புகளில் இவர்களுக்கு ஆழ்ந்த பிடிப்பு உண்டு. இதன் இயல் விளைவாகச் சமுதாய நலனில் ஓரளவு அக்கறை இவர்களது எழுத்துகளிற் புலப்படுகிறது என்பதும் ஒப்புக்கொள்ள வேண்டிய செய்தியே. சமுதாய உணர்வு என்று பொதுவாகக் கூறும்பொழுது அதில் இனம், மொழி, மதம், சாமி முதலிய அமைப்புகளின் தோற்றம்–தொன்மை, நன்மை–தீமை, எழுச்சி–வீழ்ச்சி என்பனபற்றிய கவனமும், கலை இலக்கியம் ஆகியனபற்றித் தோன்றும் பிரச்சினைகளில் அக்கறையும் அடங்கும்.

இப்பிரிவினர் எழுதியுள்ள நூல்கள் பலவற்றைத் தொகுத்து நோக்கிப் பொதுப் பண்பினைத் தேடினால் பழைய நூல்களும் கருத்துக்களும் இன்றும் போற்றப்படுவதற்குப் போதிய காரணம் இருக்கிறது என்னும் வாதமே தலைதூக்கி நிற்கக் காணலாம். இவ்வாதத்திற்குத் துணையாகத் தமது கல்வியையும் புலமையையும் இவர்கள் பல்வேறு வழிகளிற் பயன்படுத்துகின்றனர். எனவே ‘பாண்டித்தியத் திறனாய்வு’ அல்லது ‘பண்டிதத் திறனாய்வு’ என இவர்களது ஆய்வுக்குப் பெயர் வழங்குதல் பொருந்தும். பண்டைத் தமிழ் மன்னரின் இன உணர்ச்சியைத் திறம்பட எடுத்துக் காட்ட இயற்றப்பட்டதே சிலப்பதிகாரம் என்று ம.ரா.போ. குருசாமி *சிலப்பதிகாரச் செய்தி* என்ற நூலில் வாதிடும் போதும், பெரியபுராணமே தமிழரது தேசிய இலக்கியம் என்று அ.ச. ஞானசம்பந்தன் தர்க்கிக்கும் போதும், பொதுவாக நிலவும் கருத்துக்கு மாறாக, *தசரதன் குறையும் கைகேயி நிறையும்* என்ற நூலை எழுதிக் கேகயன் மடந்தை மாசு அற்றவள் என்று ச. சோமசுந்தர பாரதியார் சொல்லாடும்போதும் அவர்களது கல்வித்திறம் மாத்திரமன்றிப் பழமைப் பற்றும் வெளிப்படுவதை நன்கு அவதானிக்கக்கூடும்.

இந்நூற்றாண்டில் எழுதப்பட்ட திறனாய்வு நூல்களுள் இப்பிரிவினர் இயற்றியவையே எண்ணிக்கையில் அதிகமானவை எனலாம். இத்தகைய நூல்களை எழுதுவதும் வெளியிடுவதும் தொழில் துறை அல்லது வாணிக முயற்சி எனக் கருதுமளவிற்கு வேகமாயும் வேறுபாடின்றியும் பல நூல்கள் உற்பத்தி செய்யப் படுவது கண்கூடு. முன்னர் குறிப்பிட்டது போல “ஒரு சிறு

காணி நிலத்தைத் திரும்பத் திரும்ப உழும் வியர்த்தமாகவே" இம் முயற்சிகள் இருக்கின்றன என்பதை வற்புறுத்த வேண்டுமோ?

ஏனைய இரு பிரிவினரைப் போலல்லாது இப்பிரிவினர் இலக்கியத்தின் பொருளில் – உள்ளடக்கத்தில் அக்கறை காட்டி னாலும் மறுபுறம் இலக்கியத்தின் உருவம், அமைப்பு, ஆக்கக் கூறுகள், உத்திகள், தொழில்நுட்பங்கள் முதலாயவற்றில் ஈடுபாடு இல்லாதிருப்பது பெருங்குறைபாடாக உள்ளது. இதனால் இவர்களுடைய திறனாய்வு முழுமை பெறாமல் சோகை பிடித்துக் காணப்படுவது இயல்பே. இவர்களிற் சிலர் தப்பித் தவறி நாவல், சிறுகதை, நாடகம் முதலிய இலக்கிய வகைகளை ஆக்கும் போதும் கலைப்பண்புகள் அருந்தலாகவே அமைந்திருப்பதைக் காணலாம். மு. வரதராசனாரின் நாவல்கள் இதனை நிரூபிப்பனவாயுள்ளன.

இதுவரை குறிப்பிட்ட மூவகைத் திறனாய்வும் தற்காலத் தமிழுக்கும் தமிழிலக்கிய வளர்ச்சிக்கும் வெவ்வேறு வகைகளில் உதவியிருக்கின்றனவேனும் ஒரு குறிப்பிட்ட எல்லைக்கு அப்பால் போக மாட்டாதனவாய் முடங்கிக் கிடப்பதைக் கண்டுகொள்ள அதிக நேரம் செல்லாது. இவை ஒவ்வொன்றும் தொடக்கத்தில் ஆக்கமும் தன்னுறுதியும் பொருந்திய ஆய்வு முறையாகத் தோன்றிய போதும் காலப் போக்கில் வெகு விரைவிலேயே தமது வளர்ச்சிக்குத் தடைகளையும் வளர்த்துக்கொண்டன. அத்தடை களின் தன்மைகளையும் மேலே சுருக்கமாகப் பார்த்தோம். மூன்று பிரிவைச் சார்ந்தவர்களும் பிறரை விலக்கி வைக்க விரும்பும் மனோபாவம் உடையவராயும், இலக்கியம் பிறரால் அணுக முடியாத தனிச்சிறப்புடைய ஒன்று என எண்ணுபவராயும், அது தமக்கே தனிக் குத்தகைச் சரக்கு என நினைப்பவராயும் இருப்பதை அவர்களது கூற்றுகளிலிருந்து நேரடியாகவும் மறைமுகமாகவும் அறிந்துகொள்ளலாம். இதனால் அனைவரும் ஏற்றுக்கொள்ளக் கூடிய மிகக் குறைந்த அளவு திறனாய்வு நோக்கும் போக்கும் தமிழில் இன்னும் கெட்டியாக உருப்பெறவில்லை. இது எமது கவனத்துக்கும் சிந்தனைக்கும் உரிய செய்தியாகும்.

மேலே விவரித்த முப்பெரும் பிரிவுகளைச் சார்ந்தோரே நவீன தமிழிலக்கியத் திறனாய்வில் பிரபலஸ்தர்களாகக் கருதப்படுவோர், ஆயினும் இம்மூன்று பிரிவுகளை ஒரோவழி சார்ந்தும் சாராமலும் தனிப்பட்ட முறையில் சிலர் இயங்கி வந்திருக்கின்றனர். எஸ். வையாபுரிப் பிள்ளை, பொ. திரிகூடசுந்தரம் பிள்ளை, சிதம்பர ரகுநாதன், வல்லிக்கண்ணன், ஆர்.கே. கண்ணன், தி.க. சிவசங்கரன், நா. வானமாமலை, ஏ.வி. சுப்பிரமணிய அய்யர், கா. சிவத்தம்பி, இ. முருகையன் ஆகியோருடன் என்னையும் சேர்த்து இப்பட்டியலைக் கூறலாம் என எண்ணுகிறேன். *சாந்தி,*

சரஸ்வதி முதலிய சிறு சஞ்சிகைகளிலும் தற்சமயம் *தாமரை*, *ஆராய்ச்சி* ஆகியவற்றிலும் இவர்களது திறனாய்வுகள் சில அவ்வவ்போது வெளிவந்துள்ளன. அடிப்படையில் 'சமூகவியல்' நோக்கு இவர்களுக்குண்டு எனலாம். உருவம், உள்ளடக்கம் என்ற வீண்வாதத்தில் அமிழ்ந்து போகாமல் வரலாற்றுப் பார்வை, சமூக நோக்கு, அழகியல் அக்கறை ஆகிய மூன்றையும் ஒன்றுக்கொன்று அனுசரணையானவையாகவும், ஒன்றையொன்று பின்னிச் சார்ந்தனவாகவும் கொண்டு இலக்கியப் படைப்புகளை ஆராய்வதே இறுதியாகக் கூறப்பட்ட இத்தொகுதியினருக்குப் பொதுவாயுள்ள குறைந்தபட்ச நம்பிக்கையானவை. இதிலும் அழுத்த வேறுபாடுகள் இல்லாமலில்லை. ஆயினும், இலக்கியம் சமுதாயத்தின் விளைபொருள் என்பதில் இவர்களுக்குள் கருத்து வேற்றுமை இல்லை எனத் துணிந்து கூறிவிடலாம்.

மேலே நான் சுருக்கமாக விவரித்த மூன்று பிரிவுகளையுஞ் சார்ந்தோரே நவீன தமிழிலக்கியத் திறனாய்வில் பிரபலஸ்தர்களாகக் கருதப்படுவோர். திறனாய்வு ஒரு பாட நெறியாகக் கல்லூரிகளிலும் பல்கலைக்கழகத்திலும் விதிக்கப்பட்டதன் விளைவாகத் திறனாய்வுபற்றி அண்மையில் சில நூல்கள் எழுதப்பட்டுள்ளன. பத்துப் பதினைந்து வருடங்களுக்கு முன் இலக்கிய வரலாறு பாடநெறியாக விதிக்கப்பட்டதைத் தொடர்ந்து நூற்சந்தையில் இலக்கிய வரலாற்று நூல்கள் வந்து குவிந்ததைப் போலவே இப்பொழுது திறனாய்வுக் கலை நூல்கள் உற்பத்தி செய்யப்பட்டு வருகின்றன. இவை பாட நூல்கள். எனவே கருத்து அழுத்தத்திலும் பார்க்க எளிமையும் அடிப்படைப் பிரச்சினைகளைத் தொடாத 'பாரபட்சமற்ற' மேலீடான தன்மையுமே இவற்றின் பிரதான பண்புகளாயுள்ளன. இது எதிர்பார்க்கக் கூடியதுமாகும். வணிக நோக்கு வந்ததுமே கொள்கை நாட்டம் பின்தள்ளப்பட்டுவிடுவது இயல்புதானே. இத்தகைய நூல்களை எழுதும் ஆசிரியர்களையும் மேலே குறிப்பிட்ட பிரிவிற்குள் அடக்கிவிடலாம்.

ஆனால், இம்மூன்று பிரிவுகளுக்குள்ளும் நேரடியாக அடங்காமல் தனிப்பட்ட முறையில் சிலர் திறனாய்வில் ஈடுபட்டு வந்திருக்கின்றனர். மொத்தத்தில் இவர்களது திறனாய்வு, 'சமூகவியல்' அணுகுமுறையைக் கொண்டதாயும் வரலாற்றுப் பார்வை வாய்க்கப் பெற்றதாயும் உள்ளது. இவர்களுடைய உலக நோக்கையும் வாழ்க்கைத் தத்துவத்தையும் விவரிப்பதற்கு மனிதாயதம் அல்லது மனிதாபிமானம் அல்லது மனித நலநாட்டம் என்னும் தொடர்களைப் பயன்படுத்துதல் பொருத்தமாயிருக்கும். இவர்களிற் சிலர் இப்பொழுதில்லை. எனினும் வகுத்துக் கூறும் வசதி கருதி எல்லோரையும் ஒருங்கு சேர்த்தே பேசுகிறேன்.

இவர்களை ஒரு பெரும்பிரிவாகக் கருத முடியுமானால், நுண்ணிய பாகுபாட்டில் அப்பிரிவு இரு சிறு பிரிவுகளால் அமையக் காணலாம். முதலாவது உபபிரிவிலே எஸ். வையாபுரிப் பிள்ளை, பொ. திரிகூடசுந்தரம் பிள்ளை, மயிலை சீனி. வேங்கடசாமி, சாமி. சிதம்பரனார், வெ. சாமிநாத சர்மா, ஏ.வி. சுப்பிரமணிய அய்யர், நாரண. துரைக்கண்ணன், பெ.சு. மணி முதலியோரை வகுத்துக் கூறலாம். இவர்கள் முற்றிலும் ஒத்த கருத்துடையவர்கள் அல்லர்; ஒரே தன்மையான அரசியல் சமூகப் பின்னணியை உடையவர்களும் அல்லர்; ஆயினும் நிதானம், நேர்மை, நுனித்து நோக்கும் திட்பம், நெஞ்சுறுதி ஆகிய சிறப்பியல்புகளினால் ஒருமைப்பாடு உடையரா யிருக்கின்றனர். பேராசிரியர் வையாபுரிப் பிள்ளை அகராதிப் பதிப்பாசிரியராயும் மூலபாடத்திறனாய்வாளராயும் (textual critic) இலக்கிய வரலாற்றாய்வாளராயும் தமிழ் ஆராய்ச்சி உலகில் நன்கறியப்பட்டவர். ஆயினும் அவ்வப்போது கவிதைகளும் (புனைபெயரில்) நாவலும் சிறுகதைகளும் எழுதி மகிழ்ந்த வையாபுரிப் பிள்ளை பண்பட்ட சுவைஞராயும் இருந்தார் என்பது பலருக்குத் தெரியாததொன்று. ஆரவாரமற்ற முறையில் இலக்கியங்களை அவர் திறனாய்ந்திருக்கிறார். *இலக்கியச் சிந்தனைகள், இலக்கிய தீபம், தமிழ்ச் சுடர்மணிகள்* முதலிய நூல்களிலும் ஆங்காங்கே சிறப்பு மலர்களுக்கு எழுதிய கட்டுரைகளிலும் அவரது தனித்துவமான திறனாய்வுகளைக் கண்டுகொள்ளலாம். கவிமணியின் கவிதைகளைத் தகுந்தபடி உலகறியச் செய்த விமர்சகர் வையாபுரிப் பிள்ளை அவர்களே. (கவிமணியின் நூல்கள் பலவற்றுக்கு அவர் ஆய்வுரைகள் எழுதி யுள்ளார்.) விஞ்ஞானியைப் போன்று வார்த்தைகளை அளந்து பிரயோகித்த பேராசிரியரவர்கள் ஈடுபாட்டுடன் எழுதவும் வல்லவர். 'பாரதியும் தமிழும்' என்னும் கட்டுரையில் பின்வருமாறு எழுதியுள்ளார்:

> இவருடைய தமிழ் கட்டுக்கிடையன்று; தினந்தோறும் வழங்கிவரும் மொழி, பேச்சு – வழக்கிற்கு ஒத்த நடை. இது வருணனைகள், அலங்காரங்கள் எல்லாவற்றையும் நீக்கி, தனக்கு இயல்பாகவுள்ள பேரழகோடு விளங்குவது; இயல்பாகவுள்ள ஆற்றலோடும் சிறப்போடும் செல்லுவது. இவரது தமிழ் இவருடைய கருத்துக்களை வெளிப்படாமல் மறைப்பதற்கு இட்ட திரை அல்ல. பாடல்களைப் பாடிய மாத்திரையில், பொருள் உணர்த்த வேண்டும் அவசியம் இன்றி, கருத்துக்கள் நம் மனத்தில் நேரே பாய்கின்றன. பாட்டிற்குரிய பொருள்கள்

நம்முடைய அறிவை முற்றும் கவர்ந்துவிடுகின்றன. பாட்டினுடைய வடிவமும் அழகும் நம்மைப் பரவசப்படுத்துகின்றன.

மேலேயுள்ள பகுதியைக் கூர்ந்து கவனித்தால் திறனாய்வாளர் வரலாற்றுணர்வுடனும் உருவம், உள்ளடக்கம் ஆகிய இரண்டினதும் முக்கியத்துவத்தை உணர்ந்த நிலையுடனும் பாரதியார் பற்றி எழுதியிருத்தல் இலகுவிற் புலனாகும். வித்துவத் திறனாய்வாளரி லிருந்தும் (எதனையுமே) வியந்து வியந்து போற்றும் ஆரவாரத் திறனாய்வாளரிலிருந்தும் வையாபுரிப் பிள்ளை வேறுபடுவது வெளிப்படை. கம்பர், இராமலிங்க சுவாமிகள், சுந்தரம் பிள்ளை, பாரதியார், தேசிகவிநாயகம் பிள்ளை ஆகியோரைப் பற்றியும் வாய்மொழிப்பாடல்கள் சிலவற்றைப் பற்றியும் அவர் எழுதிய விமர்சனங்கள் வழிகாட்டும் விளக்குகளாக உள்ளன.

மனித நேயம் பேணிய மற்றொரு திறனாய்வாளர் பொ. திரிகூடசுந்தரம் பிள்ளை அவர்கள். தேசபக்தர் – சமூகத் தொண்டர் – காந்தீயவாதி – என்றெல்லாம் பாராட்டப் பெற்ற இவர் அரசியல், விஞ்ஞானம் ஆகிய துறைகளிலேயே அதிகம் எழுதியிருக்கிறார். ஆயினும் *பாஞ்சாலி சபதம், சிலப்பதிகாரம்* என்பன குறிப்பிட வேண்டிய விமர்சன நூல்கள். "ஆன்றவிந்தடங்கிய" அணுகுமுறை இவருடையது. தனது ஆய்வுகளைப் பற்றிக் குறிப்பிட்ட திரிகூடசுந்தரம், "அறிவை மட்டும் துணையாகக் கொண்டு அறிவுக்கு முரணான உணர்ச்சிகளை அறவே அகற்றிவிட்டு என் கருத்துக்களை ஆராயவேண்டுமென்று அறிஞர்களை வேண்டிக்கொள்கிறேன்" என்று ஒரு சந்தர்ப்பத்தில் எழுதினார். சிலப்பதிகாரம் குறித்து இவர் வெளியிட்ட புதிய கருத்துக்களை முற்றாக ஏற்றுக்கொள்ளாதபோதும் கோ. சுப்பிரமணிய பிள்ளை பின்வருமாறு கூறினார்:

> இலக்கியத் திறனாய்வுத் துறையில் உழுதசால் வழியே உழுதுகொண்டிருக்காமல் பல்வேறு கோணங்களில் ஆராய்ந்து சிந்தனையைக் கிளறிவிட்டுப் புதுப்புது முடிவுகளைக் கண்டு அறிவை வளர்ப்பதுதான் அறிவு. அவர்கள் தாம் கூறும் கருத்துக்களைக் காய்தல் உவத்தல் இன்றித் தற்காலத் திறனாய்வு முறை சிறிதும் கோடாது நேர்மையுடனும் சீர்மையுடனும் எடுத்துக்காட்டும் திறனை வாழ்த்துவோமாக.

மேலே குறிப்பிட்டிருக்கும் ஏனையோரும் இவ்வாறே அரைகுறை ஞானத்துடன் கூத்தாடாமல் பரந்த கண்ணோட்டத்துடன் திறனாய்வு செய்தவர்கள். சாமி. சிதம்பரனார் பழந்தமிழ்ப் புலவர்களைப் பற்றியும் சித்தர்களைப் பற்றியும் எழுதியனவும்,

ஏ.வி. சுப்பிரமணிய அய்யர் திருமூலர், கம்பர், பாரதியார், சித்தர்கள் குறித்து எழுதியிருப்பனவும் திறனாய்வுப் பயிற்சி பெற விழையும் மாணாக்கர் பலமுறை படித்துப் பயன்பெறத்தக்கவை.

இரண்டாவது உப பிரிவிலே சிதம்பர ரகுநாதன், எஸ். இராமகிருஷ்ணன், கே. முத்தையா, தி.க. சிவசங்கரன், கே. பாலதண்டாயுதம், நா. வானமாமலை, ஆர்.கே. கண்ணன், க. கைலாசபதி, இ. முருகையன், கா. சிவத்தம்பி, நாகராஜன், தமிழவன் ஆகியோரைச் சேர்த்துக் கூறலாம். இவர்களிடையே சிற்சில நுண்ணிய தத்துவார்த்த வேறுபாடுகள் இருப்பினும் அடிப்படையில் பொதுவுடைமைக் கோட்பாட்டில் நம்பிக்கை யுடைமை இவர்களுக்குப் பொதுவாக உள்ளது. மார்க்சியத்தின் உள்ளடக்கக் கூறுகள் பற்றி லெனின் கூறியதை இவர்கள் ஏற்றுக்கொள்கின்றனர் என்பதில் ஐயமில்லை.

> வரலாற்றுத் துறைப் பொருள் முதல்வாதம் என்ற தத்துவம் காட்டுவதென்ன? உற்பத்திச் சக்திகளின் வளர்ச்சியின் விளைவாக ஒரு சமுதாய அமைப்பு முறையிலிருந்து இதைவிட உயர்தரமான இன்னொரு சமுதாய அமைப்பு முறை எப்படி வளர்கிறது என்பதை அது காட்டுகிறது. இயற்கை என்பது – அதாவது வளர்ச்சி பெற்றுக்கொண்டேயிருக்கும் பருப்பொருள் என்பது – மனிதனுக்கு அப்பால் சுயமாக இருந்து வருகிறது. இந்த இயற்கையை மனித அறிவு பிரதிபலிக்கிறது. அதே போலத்தான் மனிதனின் **சமுதாய அறிவு** எனப்படுவதும். (அதாவது தத்துவவியல், மதம், அரசியல் முதலானவை சம்பந்தமாக மனிதன் கொண்டிருக்கும் பல்வேறு கருத்துக்களும் போதனைகளும்.) சமுதாயத்தின் **பொருளாதார அமைப்பு முறையைப்** பிரதிபலிக்கிறது. அரசியல் ஏற்பாடுகள் என்பவையெல்லாம் பொருளாதார அஸ்திவாரத்தின் மீது நிறுவப்பட்ட மேல்கட்டுமானமேயாகும்.

அரசியல் திட்டத்திலும் வேலை முறையிலும் வேறுபாடுகள் இருக்கக்கூடுமாயினும் மேலே குறிப்பிட்ட திறனாய்வாளர்கள் லெனின் இரத்தினச் சுருக்கமாகக் கூறியதை அடித்தளமாக ஏற்றுக்கொள்வர் என்பதில் எதுவித ஐயமுமில்லை. இவர்களுக்கு ஒரு குழுப்பெயர் சூட்டித்தான் ஆகவேண்டுமென்றால் முற்போக்குவாத விமர்சகர்கள் எனலாம். ஆயினும் தமிழ் நாட்டுச் சூழ்நிலையில் இவர்களை வைரம் பாய்ந்த மனிதநேய விமர்சகர்கள் என்றே கூறுவது நல்லது. ஏனெனில், இலக்கியத்

திறனாய்வு வளர்ச்சியை மதிப்பிடுவதற்கமைந்த அளவுகோல்களில் ஒன்று அழகியல் கோட்பாடு எந்த அளவிற்கு வளர்ந்துள்ளது என்பதாகும். தமிழ்நாட்டில் முற்போக்குவாத விமர்சகர்கள் கோட்பாட்டு ரீதியாக அழகியல் குறித்துப் போதிய அளவு இன்னும் ஆராய்த்து எழுதவில்லை என்றே தோன்றுகிறது. அண்மையில் நா. வானமாமலை *மார்க்சிய அழகியல்* என்றொரு நூல் எழுதியுள்ளார். ஆயினும் அப்பொருள் பற்றிப் பல கோணங்களிலிருந்தும் ஆராய்ந்த பின்னரே மார்க்சிய அழகியல் உறுதியாக நிலைநாட்டப்பட்டுள்ளது எனக் கூறலாம்.

தனிப்பட்ட நூல்கள், ஆசிரியர்கள் பற்றிய விமர்சனங்களைத் தவிர இதுகாலவரை முற்போக்குவாத விமர்சகர்கள் சாதித்துள்ள வற்றை இருபெரும் பிரிவாக வகுக்கலாம். ஒன்று: குழப்பமும் தான்தோன்றித்தனமும் பழமை நோக்கும் நிரம்பிய நமது இலக்கிய உலகில் பிற்போக்குத்தனமான கருத்துக்களையும் இலக்கிய ஆக்கங்களையும் பகுத்தாராய்ந்து காட்டி அவற்றின் அடிப்படையான பலவீனங்களையும் நச்சுத்தன்மையையும் வெளிப்படுத்துதல். ஆரம்பகால புதுக் கவிதைகள் பற்றி வானமாமலை எழுதிய கட்டுரைகளையும், ஜெயகாந்தனின் பிற்கால நாவல்கள் பற்றித் தமிழவன் எழுதிய கட்டுரையையும், *குருதிப்புனல்* குறித்து செந்தில்நாதன் எழுதிய கட்டுரையையும் இப்பணிக்கு எடுத்துக்காட்டாகக் கொள்ளலாம்.

சமூகவியல் நோக்கிலே காவியம், நாவல், சிறுகதை, புதுக்கவிதை, நாடகம் முதலிய இலக்கிய வடிவங்கள் எவ்வாறு தோன்றுகின்றன என்பதையும் அவற்றிலே வர்க்கப் பண்புகள் அமைந்திருக்கு மாற்றையும் எடுத்துக்காட்டும் நூல்களும் கட்டுரைகளும் இரண்டாவது போக்கில் அடங்கும். எஸ். இராமகிருஷ்ணன், க. கைலாசபதி, கா. சிவத்தம்பி, அக்னிபுத்திரன், ஞானி முதலியோரது நூல்களும் கட்டுரைகளும் இங்கு நினைந்துகொள்ளத்தக்கன. இவர்களது பெரும்பாலான கட்டுரைகள் *சாந்தி, சரஸ்வதி, தாமரை, ஆராய்ச்சி, சிகரம், செம்மலர், விழிப்பு, மனிதன்* முதலிய தமிழக சஞ்சிகைகளிலும், *மரகதம், புதுமை இலக்கியம், கற்பகம், வசந்தம், மல்லிகை, தாயகம், களனி* முதலிய இலங்கை ஏடுகளிலும் வெளிவருபவை. அண்மைக் காலத்தில் ஆய்வரங்குகளிலும் சில கட்டுரைகள் இடம்பெற்றுள்ளன. கோ. கேசவன், து. மூர்த்தி, கோ. கண்ணன், தமிழவன், சு. அரங்கராசன், கே. சண்முகலிங்கம், என். சண்முகரத்தினம், என்.கே. ரகுநாதன், சி. மௌனகுரு, எம்.ஏ. நுஃமான் முதலியோர் தமிழ்நாட்டிலும் இலங்கை யிலும் அண்மைக்காலத்தில் ஆய்வுக் கட்டுரைகளில் ஆழமான முற்போக்குப் பார்வையைப் புகுத்தியவர்களாவர்.

இவர்களின் பொதுப்பண்பினைச் சுருக்கமாகக் கூறுவதானால் உருவமா? உள்ளடக்கமா? என்ற அபத்தமான வீண்வாதத்தில் அமிழ்ந்துபோகாமல் வரலாற்றுப் பார்வை, சமூக நோக்கு, அழகியல் அக்கறை ஆகிய மூன்றையும் அளவறிந்து பயன்படுத்தி இலக்கியப் படைப்புக்களை ஆராய்வது இவர்களின் சிறப்பியல்பு எனலாம்.

அதீத தனிமனிதவாதத்தாலும் அர்த்தமற்ற கோஷ்டி மனப்பான்மைகளினாலும் வலுவிழந்து கிடக்கும் இன்றைய தமிழிலக்கியத் திறனாய்வு குறைந்த பட்சமான பொதுப்பண்புகளை விரிவுபடுத்துவதன் மூலம் எழுத்தாளருக்கு மட்டுமன்றி, சமுதாயம் முழுவதற்குமே பயன்தரும் ஓர் ஆய்வறிவுத் துறையாக அமையும் என்பதில் ஐயமில்லை.

~ ~

பிற்சேர்க்கை

இப்பகுதியிற் பலவகையான செய்யுள்கள் தரப்பட்டுள்ளன. இவை கவிதையின் வகைகளுக்கு எடுத்துக்காட்டுகளாகக் கொடுக்கப்பட்டவை. கவிதை வகைகளை இலகுவில் விளக்குவதற்காகவும் அவற்றுக்கிடையே உள்ள ஒப்புமை வேற்றுமைகளைத் தெளிவுறுத்துவதற்காகவும் ஒரே பொருள்பற்றி வெவ்வேறு காலங்களில் வாழ்ந்த கவிஞர்கள் பாடியமை இங்குத் தொகுக்கப்பெற்றுள்ளன. முதலாவது தொகுதியில் உள்ள பாடல்களின் பொருள் ஞாயிறு. இரண்டாவது தொகுதியிலுள்ள பாடல்களுக்கு ஆதாரமாயிருக்கும் பொருள் பெண்மை. பொதுவாக இலக்கியம் பற்றியும் குறிப்பாகக் கவிதை பற்றியும் கட்டுரைகளிற் கூறப்பட்ட கருத்துக்களை இக்கவிதைகளிற் பொருத்திப் பார்த்தல் பயனுடைத்து. மாணவர் எதுவித முற்சாய்வோ மனக்கோட்டமோ இன்றி, கவிதைகளை நோக்குவதற்கு ஏதுவாக அவற்றை இயற்றியோரின் பெயர்கள் இங்குக் குறிப்பிடப்படவில்லை.

பரிதியே! நாடொறும் பண்பினி ளங்கதிர்
அருநில மகட்கண் டண்ணல்புன் னகையென
எங்கணும் வீசுபு பொங்குகளி செய்வோய்!
நண்பகல் வெம்மை நனிகொடி தெனினுங்
காலைமா லையுநின் கதிர்நலம் புகழ்வர்
உலகின் கண்ணே! உறுமண்ட வரசே!
உன்னரு ளின்றற மாதிய வியலா;
பண்டை யிரவின் பாழ்த்தனி யாட்சியில்
வானம் வறக்கும்! தீனஞ் சிறக்கும்!
ஞான மிறக்கும்; மானம் பறக்கும்
உயிர்க ளுயங்கும்: பயிர்க டியங்கும்
தினந்தொழி னின்மகா் செயப்பணி தலைவா
என்கொல் நின் கருணை யென்கொல்?
நன்குற வாற்று நாத! விண் மணியே!

~

ஞாயிறு போற்றுதும் ஞாயிறு போற்றுதும்
காவிரி நாடன் திகிரிபோற் பொற்கோட்டு
மேரு வலந்திரித லான்.

~

கங்குலை யோட்ட வானக்
    கடலிடை யெழும்பிச் செங்கை
எங்குமே நீட்டு மீடில்
    எரிதழற் பிழம்பே சோதி
திங்களுக் கூட்டு கின்ற
    சுடரொளி விளக்கே தூய
தங்கத்தை உருக்கி வார்த்த
    தட்டென எழுகின் றாயே!

பொன்னொளி வீசு கின்றாய்
    புத்துணர் வூட்டு கின்றாய்
மின்னொளி மாதர் சூடும்
    மென்மலர் வாவி தோறும்
உன்னொளி பாய்ச்சு கின்றாய்
    ஒளிமலர்ச் சிரிப்புக் கண்டே
இன்னிசை வண்டு பாட
    எழுகின்ற சுடரே வாழ்க!

சேற்றினில் உழவர் உன்றன்
    திருவரு ளாலே நட்ட
நாற்றினைப் பேணிக் காத்து
    நற்பய னடைகின் றார்கள்
சோற்றினை யளித்து வையத்
    துயரினைப் போக்கு கின்ற
பேற்றினைப் பெற்ற தாலே
    பேசரும் உயிரு மானாய்.

நிலமகள் மானங் காக்கும்
    நீலப்பே ராடை யான
அலைகடல் நின்று நீரை
    அள்ளியே மேக மாக்கி
மழையெனப் பொழிந்தே இந்த
    மண்மகட் கின்ப மீவாய்
இலைஉன்றன் சேவை என்றால்
    இப்புவி இல்லை யன்றோ!

காற்றில்லை மழையு மில்லைக்
    கழனியிற் பயிரு மில்லை
ஆற்றினில் நீரு மில்லை
    அவனியில் உயிரு மில்லை
போற்றிடுந் தொழில்க ளில்லை
    புண்ணியந் தரும மில்லை

ஈற்றினில் ஒன்று மில்லை
இரவிநீ இல்லை யென்றால்!

~

அச்சவிருள் அற்றதடா
அனற்பவள ஜோதி!
ஆண் சிங்கப் பிடரி என
சிலிர்க்குதடா! சோலை

பச்சை துளிர் பொற்ற கடாய்ப்
பளபளக்க, வாவி
பங்கயமே புன்னகைக்க,
பறவை இசை பாட,

எச்செயலும் எவ்வுணர்வும்
எழுச்சியில் முன் னேற,
இமத் துளியும் வைர மணி
எழில் தேக்கி மின்ன,

உச்சிதமாம் சுதந்திரத்தின்
குங்குமப் பொட் டென்ன,
ஒளி கூட்டி உயிர் காக்கும்
அருணோ தயம் காண்!

~

உலகமிசை உணர்வெழுப்பிக் கீழ்த்திசையின் மீதில்
உதித்துவிட்டான் செங்கதிரோன்; தகத்தகாயம் பார்;
விலகிற்றுக் காரிருள்தான்; பறந்ததுபார் அயர்வு;
விண்ணிலெலாம் பொன்னொளியை ஏற்றுகின்றான் அடடா!

மிலையும்எழிற் பெருங்கடலின் அமுதப்ர வாகம்!
மேலெல்லாம் விழி அள்ளும் ஒளியின் ப்ரவாகம்!
நலம்செய்தான்: ஒளிமுகத்தைக் காட்டிவிட்டான், காட்டி
நடத்துகின்றான் தூக்கமதில் ஆழ்ந்திருந்த உலகை!

ஒளிசெய்தான் கதிர்க்கோமான் வானகத்தில் மண்ணில்!
உயர்மலைகள், சோலை, நதி இயற்கை எழில்கள் பார்!
களிசெய்தான் பெருமக்கள் உள்ளத்தில்! அதனால்
கவிதைகள், கைத்தொழில்கள் என்னென்ன ஆக்கம்!

தெளிவளிக்க இருட்கதவை உடைத்தெறிந்தான் பரிதி
திசைமகளை அறிவுலகில் தழுவுகின்றார் மக்கள்;
ஒளியுலகின் ஆதிக்கம் காட்டுகின்றான்; வானில்
உயர்கின்றான்; உதயசூரி யன்வாழ்க நன்றே!

~

அடிவானத்தே அங்கு பரிதிக் கோளம்
அளப்பரிய விரைவினோடு சுழலக் காண்பாய்;
இடிவானத் தொளிமின்னல் பத்துக் கோடி
எடுத்தவற்றை ஒன்றுபட உருக்கி வார்த்து,
முடிவான வட்டத்தைக் காளி ஆங்கே,
மொய்குழலாய், சுழற்றுவதன் மொய்ம்பு காணாய்
வடிவான தொன்றாகத் தகடிரண்டு
வட்டமுறச் சுழலுவதை வளைந்து காண்பாய்.

"அமைதியோடு பார்த்திடுவாய் மின்னே! பின்னே
அசைவுறுமோர் மின்செய்த வட்டு; முன்னே,
சமையுமொரு பச்சைநிற வட்டங் காண்பாய்;
தரணியிலிங் கிதுபோலோர் பசுமை உண்டோ?

இமைகுவிய மின்வெட்டின் வயிரக் கால்கள்
எண்ணிலா திடையிடையே எழுதல்காண்பாய்
உமை கவிதை செய்கின்றாள், எழுந்துநின்றே
உரைத்திடுவோம், 'பல்லாண்டு வாழ்க' என்றே.

"பார்; சுடர்ப்பரிதியைச் சூழவே படர்முகில்
எத்தனை தீப்பட் டெரிவன! ஓகோ!
என்னடீ! இந்த வன்னத் தியல்புகள்!
எத்தனை வடிவம்! எத்தனை கலவை!
தீயின் குழம்புகள்! செழும்பொன் காய்ச்சி

விட்ட ஓடைகள்! வெம்மை தோன்றாமே
எரிந்திடுந் தங்கத் தீவுகள்! பாரடீ!
நீலப் பொய்கைகள்! அடடா, நீல
வன்ன மொன்றில் எத்தனை வகையடீ!
எத்தனை செம்மை! பசுமையுங் கருமையும்

எத்தனை! கரிய பெரும்பெரும் பூதம்!
நீலப் பொய்கையின் மிதந்திடுந் தங்கத்
தோணிகள் சுடரொளிப் பொற்கரை யிட்ட
கருஞ்சிக ரங்கள்! காண்டி, ஆங்கு
தங்கத் திமிங்கலம் தாம்பல மிதக்கும்
இருட்கடல்! ஆஹா! எங்கு நோக்கிடினும்
ஒளித்திரள்! ஒளித்திரள்! வன்னக் களஞ்சியம்!"

~

ஞாயிறே, இருளை என்ன செய்துவிட்டாய்? ஓட்டினாயா? கொன்றாயா? விழுங்கிவிட்டாயா? கட்டிமுத்தமிட்டு நின் கதிர்களாகிய கைகளால் மறைத்துவிட்டாயா? இருள் நினக்குப் பகையா? இருள் நின் உணவுப் பொருளா! அது நின் காதலியா? இரவெல்லாம் நின்னைக் காணாத மயக்கத்தால் இருண்டிருந்ததா? நின்னைக் கண்டவுடன் நின்னொளி தானுங் கொண்டு நின்னைக் கலந்து விட்டதா? நீங்கள் இருவரும் ஒரு

தாய் வயிற்றுக் குழந்தைகளா? முன்னும் பின்னுமாக வந்து உலகத்தைக் காக்கும்படி உங்கள் தாய் ஏவியிருக்கிறாளா? உங்களுக்கு மரணம் இல்லையா? நீங்கள் அமுதமா? உங்களைப் புகழ்கின்றேன்.

ஞாயிறே உன்னைப் புகழ்கின்றேன்.

ஞாயிறே! நின்னிடத்து ஒளி எங்ஙனம் நிற்கின்றது? நீ அதனை உமிழ்கின்றாயா? அது நின்னைத் தின்னுகிறதா? அன்றி ஒளி தவிர நீ வேறொன்றுமில்லையா?

விளக்குத் திரி காற்றாகிச் சுடர் தருகின்றது. காற்றுக்கும் சுடருக்கும் எவ்வகை உறவு? காற்றின் வடிவே திரியென்றறிவோம். ஒளியின் வடிவே காற்றுப் போலும்.

ஒளியே நீ இனிமை.

ஞாயிறே, நின் முகத்தைப் பார்த்த பொருளெல்லாம் ஒளி பெறுகின்றது.

பூமி, சந்திரன், செவ்வாய், புதன், சனி, வெள்ளி, வியாழன், யூரேனஸ், நெப்த்யூன் முதலிய பல நூறு வீடுகள் – இவை எல்லாம் நின் கதிர்கள் பட்டமாத்திரத்திலே ஒளியுற நகை செய்கின்றன.

தீப்பந்தத்திலிருந்து பொறிகள் வீசுவது போல இவையெல்லாம் ஞாயிற்றிலிருந்து வெடித்து வெளிப்பட்டன என்பர். இவற்றைக் காலம் என்னும் கள்வன் மருவினான். இவை ஒளி குன்றிப் போயின; ஒளியிழந்தனவல்ல; குறைந்த ஒளியுடையன. ஒளியற்ற பொருள் சகத்திலே இல்லை. இருளென்பது குறைந்த ஒளி. செவ்வாய், புதன் முதலிய பெண்கள் ஞாயிற்றை வட்டமிடுகின்றன. இவை தமது தந்தை மீது காதல் செலுத்துகின்றன. அவன் மந்திரத்திலே கட்டுண்டவரை கடவாது சுழல்கின்றன. அவனுடைய சக்தியெல்லையை என்றும் கடந்து செல்லமாட்டா. அவன் எப்போதும் இவற்றை நோக்கி இருக்கின்றான். அவனுடைய ஒளி முகத்தில் உடல் முழுதும் நனையும் பொருட்டாகவே இவை உருளுகின்றன. அவனொளியை இவை மலரிலும் நீரிலும் காற்றிலும் பிடித்து வைத்துக் கொள்ளும்.

ஞாயிறு மிகச் சிறந்த தேவன். அவன் கைப்பட்ட இடமெல்லாம் உயிருண்டாகும். அவனையே மலர் விரும்புகின்றது. இலைகள் அவனுடைய அழகிலே யோகமெய்தியிருக்கின்றன. அவனை நீரும் நிலமும் காற்றும் உகந்து களியுறும். அவனை வான் கவ்விக்கொள்ளும். அவனுக்கு மற்றெல்லாத் தேவரும் பணி செய்வர். அவர் புகழைப் பாடுவோம். அவன் புகழ் இனிது.

~~~

1. பெண்ணிற் பெருந்தக்க யாஉள கற்பு என்னும்
திண்மைஉண் டாகப் பெறின்.

2. பெண்ணாகி வந்ததொரு மாயப்பிசாசம் பிடித்திட்டென்னைக்
கண்ணால் வெருட்டி முலையான் மயக்கிக் கடிதடத்துப்
புண்ணாங் குழியிடைத் தள்ளியென் போதப் பொருள்பறிக்க
எண்ணாதுனை மறந்தே னிறைவாகச்சி யேகம்பனே.

3. மென்மை யுடலின்ப
மேதக்க வாழ்வெல்லாம்
பெண்மை யுவந்தளிக்கும் பேறு

வாழ்க்கைத் துணையும்
வகையும் விரிநலமும்
ஆக்கமும் பெண்சக்தி யாம்

பெண்ணிற் பிறங்கும்
பெருங்கனலைப் புல்லினால்
மண்வாழ்வு மங்கலவிண் ணாம்.

4. அறந்தரு மிறைவ னருட்படைப் பெற்றுளுஞ்
சிறந்து மிளிர்குவீர்! திகழொளி மேனியீர்!
ஆடவ ரிடும்பைக் கரு மருந்தாகி
அவருளம் வருந்துழி யாற்றும்வான் றுணையாய்
அன்பு மழகும் நன்குற வொளிர்வீர்!
கடவுட் டீயின் கதிரெனு மகளிர்காள்!
தோமில் விருப்பெனுந் தூயதீ வளர்க்குங்
காதன் மெல்லரும் பெனக் காணகை மாதரீர்
பேணி வாழ்குநர்க்குப் பெரும் பேறாகுவீர்
நும்மை யடிமையா நோக்கித் தெழிப்பவர்
போலிகள் நும்மையும் போலியா மதித்தனர்
ஓத்த வுரிமைகள் சித்த மகிழ்தர
மைந்தரோ டெய்தினிர் வாழிய!
பைந்தொடி மீர்!யான் பாடுவல் பல்லாண்டே!

5. மங்கை யராகப் பிறப்பதற்கே – நல்ல
மாதவம் செய்திடவேண்டு மம்மா
பங்கயக் கைநலம் பார்த்தலவோ – இந்தப்
பாரில் அறங்கள் வளருமம்மா
மண்ணக வாழ்வினை விட்டெழுந்து – மனம்
மாசிலா மாணிக்க மாயொளிர்ந்து
விண்ணக வாழ்வை விரும்பிடவே – நிதம்
வேண்டிய போதனை செய்பவ ரார்?
அன்பினுக் காகவே வாழ்பவ ரார் – அன்பில்
ஆவியும் போக்கத் துணிபவ ரார்
இன்ப உரைகள் தருபவ ரார் – வீட்டை
இன்னகை யாலொளி செய்பவ ரார்.

6. பெண்மை வாழ்கென்று கூத்திடு வோமடா
பெண்மை வெல்கென்று கூத்திடு வோமடா

தன்மை இன்பம்நற் புண்ணியஞ் சேர்ந்தன
 தாயின் பேரும் சதியென்ற நாமமும்
அன்பு வாழ்கென் றமைதியில் ஆடுவோம்
 ஆசைக் காதலைக் கைகொட்டி வாழ்த்துவோம்
துன்பம் தீர்வது பெண்மையி னாலடா
 சூரப் பிள்ளைகள் தாயென்று போற்றுவோம்.

அன்னமூட்டிய தெய்வமணிக் கையின்
 ஆணைகாட்டில் அனலை விழுங்குவோம்.
கன்னத் தேமுத்தம் கொண்டு களிப்பினும்
 கையைத் தள்ளும்பொற் கைகளைப் பாடுவோம்.

7. கவிகள் களைப்பின்றி காவியமியற்ற
நின்கண்கள் என்ன நிலைக்காக் கவர்ச்சியில்
கருமை தட்டியவை?
யுகம் யுகமாக மனிதனை மாயைபோல மயக்க
உன் கருவளையும் கையும் என்ன கவிதையில்
கட்டழகு பெற்றவை?
உலகமே உணர்வழிந்து உள்ளங் கலங்க,
உன் இதழ்கள் என்ன சொற்சுவையில்
சுருதி சேர்ந்தவை?
மானிடன் மார்பில் ஒவ்வொரு அடியிலும் எதிரொலிக்க
உன்கால் மெட்டி என்ன வெள்ளி இசையில்
இன்பம் கட்டியது?
தெரியவில்லை; நீ சிரிக்கிறாய்!
தீக்குளியினும் உனதழகு உயருகிறதோ
சீதையைப் போல!
அழிவுகூட உன்னை அங்கம் அங்கமாக
அலங்கரித்து விடுகிறதோ?
உனதியற்கை உணர்ச்சிக் கலையுடுத்தது
மொக்கின் மார்பு போல அல்லவா?
துச்சாஸனன் போல மனிதன்
உன்துகிலை உரிகிறான் –
பெண்ணியற்கையைப் பரிந்து காண!
பாஞ்சாலியின் புடவைபோல அது
வளர்கிறது, வளர்கிறது, வளர்கிறது!
மனிதன், பேதை, மயங்கி விழுகிறான்.

8. அன்புக் களஞ்சியமே
அழகொழுகும் சித்திரமே
கற்புக்கணிகலமே – உன்னைச்
சந்திக்க ஓடிவந்தேன்.

(ஆ)

மேல்வரும் பகுதிகள் தமிழிலுள்ள திறனாய்வு நூல்கள் சிலவற்றிலிருந்து எடுத்துத் தரப்பட்டுள்ளன. கவிதையைப் படித்துப் பரவச நிலையில் நின்று பதிவு நவிற்சியாய்க் கூறுவதிலிருந்து

கவிதைகளைப் பகுத்து ஆய்ந்து கூறும் விடயச்சார்ச்சி வரை பல்வேறு அணுகு நெறிகட்டு எடுத்துக் காட்டுகளாய் இவை அமைந்துள்ளன. படிப்போருக்கு வசதியாக இப்பகுதிகளுக் குரிய நூல்களும் அவற்றின் ஆசிரியர்களது பெயர்களும் குறிப்பிடப்பட்டுள்ளன.

(1)

தாகூரின் கவிதை, திரையிட்ட கவிதையல்ல; திறந்த கவிதை, இதயக் கவிதை, கண் நிறைந்த கவிதை, ஒளி நிறைந்த கவிதை, இசை நிறைந்த கவிதை, இறை நிறைந்த கவிதை, மறை நிறைந்த கவிதை.

உண்மைக் கவிதையில் கவிஞன் உள்ளம் கவிதை மழை பொழிகிறது. தாகூர் போலிக் கவிதை எழுதவில்லை. இயற்கை மின்னும்போது இதயம் மின்னுகிறது, கவிதை மழை பொழிகிறது! அவ்வளவுதான்! இதுதானே இலக்கிய வெற்றி; இதைத்தானே நாம் கவிஞன் குரல் என்று வாழ்த்துக் கூறி வரவேற்கிறோம்.

வி.ஆர்.எம். செட்டியார்
***கனிகொய்தல்* – முன்னுரை**

(2)

இவற்றை எல்லாம் உள்ளுறை என்கோ! உள்ளுறைச் சுட்டு என்கோ! புதைபொருள் என்கோ! இசைப் பொருள் என்கோ! இவை எல்லாம் சேர்ந்தன என்கோ! எவை எனப் புகல்வது? பெயர் இடுவது அவரவர் பெற்றிக் கேற்பது; போர் விளைப்பது. பெயர் யாதாயினும் ஆகுக, பா தரும் நலன் ஒன்றே. பாநலனைப் போற்றுக! அந்நலன் தரும் நுகர்வைப் போற்றுக! அம்மம்ம! என்னே இக்கிழவர் வன்மை! பாட்டின் தொடக்கம் கொண்டன இரண்டே அடிகள்; பத்தே சொற்கள். இவை விண்ணிடை மீனென மின்னுகின்றன; நினைக்க நினைக்கத் திகைக்கச் செய்கின்றன. என்னே இவர் புலமையின் ஆழம்! புலமையின் அழகு!

கு. கோதண்டபாணி பிள்ளை
***நெடுவல்வாடை* – பாநலன்**

(3)

'பவளம் போற் செந்துவர்வா'யென்பது சுட்டிக் கூறிய வுவமம். என்னை? இரண்டிற்கும் பொதுவாகிய செம்மைக் குணத்தினைச் சொல்லியே உவமம் சொல்லினமையின் அது பவளவாயென்கின்ற வழிச்சுட்டிக் கூறாவுவமமாம். ஆண்டுப் பவளத்தினையும் வாயினையுங் கூட்டிப் பார்த்துச் செம்மைக் கணம் பற்றி உவமம்

செய்ததென்று அறியப்படும்; அல்லாக்கால், வல்லென்ற கல்லிற்கும் மெல்லென்ற இதழிற்கும் உள்ளதோர் ஒப்புமை ஆண்டில்லையென்பது; பிறவும் அன்ன.

பேராசிரியர்
தொல்காப்பியம் – உவமவியல் உரை

(4)

இதே மாதிரிதான் ஒரு காவிய ரசனையும். காவியத்தின் தனித்தனிப் பாகங்களிலுள்ள இன்சுவை ஒருபக்கமிருக்க, பாகத்துக்கும் பாகத்துக்கும் உள்ள பொருத்தம் அழகாக இருப்பதோடு காவியமானது நல்ல சமஷ்டீகரணத்தைப் பெற்றிருக்கவேண்டும். எவ்வளவுக் கெவ்வளவு இந்த சமஷ்டிகாரம் அழகாக இருக்கிறதோ அவ்வளவுக்கவ்வளவு காவியமானது ரஸிகருடைய இருதயத்தைக் கவர்ந்து எல்லோரும் விரும்பத்தக்கதாகும்.

கம்பராமாயணத்திலுள்ள ரசனைச் சுவை மிகவும் உயர்ந்தது. ரஸிகருடைய அறிவுக்கு அது அமுதமாக நிற்கின்றது. கம்பராமாயணத்தின் ரசனைச் சுவையை உணராமல் மற்றச் சுகங்களை மாத்திரம் உணருகின்றவர்கள் அதன் சுவையில் செம்பாதிக்குமேல் இழந்துவிடுகிறார்கள். ராமாயணத்தின் அழகை விஸ்தரிக்கிறவர்கள் ஒவ்வோர் பாகத்தின் அழகைத்தான் எடுத்துக் காட்டுகிறார்கள். ராமாயணத்தை ஓர் சிற்பியால் சமைக்கப் பெற்ற அரண்மனையாகப் பாவித்து, அவ்வரண்மனையின் ஒவ்வோர் அவயத்துக்கும் மற்ற அவயங்களுக்கும் உள்ள பொருத்தத்தையும், அவயங்களுக்கும் அரண்மனையின் சமக்ர அமைப்புக்கும் உள்ள பொருத்தத்தையும் வியக்தீகரித்து எடுத்துக்காட்டும் விமரிசனங்கள் இதுவரையில் வெளிவரவில்லை.

வ.வே.சு. ஜயர்
கம்பராமாயண ரசனை

(5)

அலையுருவக் கடல் உருவத்(து)
    ஆண்டகை தன் நீண்டுயர்ந்த
நிலையுருவப் புயவலியை
    நீயுருவ நோக்கையா!
உலையுருவக் கனல் உமிழ்கட்
    தாடகைதன் உரம் உருவி –

தாடகையின் மார்பை உருவி விட்டு வேறு என்ன செய்தது அந்த அம்பு? அவளுக்குப் பின்னிருந்த மலையை உருவியது; பிறகு மலைக்கு பின் பக்கத்தில் சரிவில் வளர்ந்து ஓங்கி நின்ற மரம் ஒன்றையும் உருவியது; தன் காரியங்களை இப்படியாக

முடித்துக்கொண்டு அந்த அம்பு கடைசியில் மண்ணுக்குள் பாய்ந்தது. செய்யுளை முழுமையும் பார்ப்போம்:

அலையுருவக் கடல் உருவத்(து)
ஆண்டகை தன் நீண்டுயர்ந்த
நிலையுருவப் புயவலியை
நீயுருவ நோக்கையா!
உலையுருவக் கனல் உமிழ்கட்
தாடகை தன் உரம் உருவி,
மலையுருவி மரம் உருவி
மண் உருவிற்(று) ஒருவாளி!

பாட்டைப் பாடும்போது மூன்றாவது அடியிலுள்ள 'உரம் உருவி' என்ற வார்த்தையோடு கொஞ்சம் நிற்க வேண்டும்; பிறகு 'மலையுருவி' என்று ஆரம்பித்துப் பாட்டை முடிக்கவேண்டும். அப்போது பாவதாளத்தின் (ரிதும்) வேகம் இன்னதென்று தெரியவரும். அம்பின் வேகமே செய்யுளில் உருவமாக உருவெடுக்கின்றது. இதைத்தான் ஆங்கிலத்தில் 'பார்ம்' (form) – உருவம் என்று சொல்லுவார்கள். இந்த **உருவம்** இருந்தால்தான் கவி. உருவம் என்பது விஷயம், உணர்ச்சி (இங்கே வியப்பும் வீரமும் கலந்த உணர்ச்சி), சொல், தாளம் எல்லாம் சேர்ந்து பிறக்கிற ஒரு அற்புத தத்துவம். இதெல்லாம் கவியில்த் தெளிவாகத் தெரியக்கிடக்கிறது. புறநானூற்றுச் செய்யுளில் இல்லைதான். இரண்டையும் சில தடவையாவது ஆர அமரப் பாடிப் பார்த்தால் எளிதில் வித்தியாசம் தெரிந்துவிடும்.

கவிக்கு விஷயம் அல்ல, உருவமே பிரதானம்.

டி.கே.சி.
இதய ஒலி

(6)

இறுதியாக உள்ள அடி 'மும்மடங்கு பொலிந்தன அம்முறை துறந்தான் உயிர் துறந்த முகங்கள் – அம்மா' என்பதாகும். இஃதென்ன விந்தை! உயிர் துறந்த முகங்கள் பொலிவுறுதல் கூடுமோ? சிறிது சிந்தித்துப் பார்க்கவேண்டிய இடம். கலைஞர் கற்பனைக் கண்ணால் வீழ்ந்து கிடக்கும் இராவணனைக் காண்கிறார். அவனது பழமையை நினைந்து மீண்டும் அம்முகத்தை நோக்குகிறார். இடைக்காலத்து இராவணனது முகத்தை நினைவுகூர்கிறார். உண்மை விளங்குகிறது. மும்மடங்கு பொலிந்திருப்பதாகக் காண்கிறார். நம்மையும் காணுமாறு செய்கிறார். மனஸ்தத்துவம் நன்குணர்ந்தவர் கலைஞர்.

அ.ச. ஞானசம்பந்தன்
கம்பன் கவியமுதம்

(7)

சொற்கள் மந்திர சக்தியைப் பெற்று விடுகின்றன கவிஞர்களின் வாக்கிலே. இந்த அற்புதத்தைப் பாரதிதாசனின் பல பாடல்களிலே நாம் காணலாம். 'நடுவீதியிற் பாவோடும் மடவார்'களை நடை ஓவியங்கள் என்று அவர் வர்ணிக்கும் பாட்டைப் படிக்கும்போது அந்த நடை ஓவியங்கள் நம் உள்ளக் கண்முன்னே நர்த்தனம் புரியத் தொடங்கி விடுகின்றன. 'காடைக்'காரக் குறவன் வந்து பாடப்பாட, ஆடும் குறத்தி கவிஞரது பாட்டின் ஒவ்வோர் அடியிலும் அதன் ஒவ்வொரு சொல்லிலுமே ஜீவநடனம் புரிவது போல் நமக்குக் காட்சியளிக்கிறாள். பாரதிதாசனின் 'உலகின் நோக்கம்' பாரதியின் 'ஊழிக் கூத்'தைப் போல் ஆவேசம் பொங்கவில்லையா? ஏனெனில் பாரதிக்குப் பராசக்தி ஓர் உண்மைத் தெய்வம். பாரதிதாசனுக்கோ இயற்கையின் உருவகமே இங்கே அன்னையாகிறது. ஆயினும் இந்த உலகத் தாயின் கூத்து உவமையையே நோக்கமாய்க் கொண்டதாகப் பாரதிதாசன் வர்ணிக்கும்போது நம் உள்ளம் நம்பிக்கை பெற்றுப் பரவசமடைகின்றது.

தி.ஜ.ர.
புரட்சிக்கவிஞர் (தொகுப்பு நூல்)

(8)

அக்கினிக் குஞ்சு ஒரு குறியீடாக இருப்பதானால் எந்த வேறொரு பொருளின் தன்மைகள் அதில் தொனிக்கின்றன? அக்கினி, அக்கினிக் குஞ்சுக்கு என்று உரிய தன்மைகள்தான் என்ன? இதெல்லாம் நமக்குள் உளைகிறது. அக்கினி ஒரு அழிப்பு சக்தி என்பது நமக்குத் தெரியும். அதுமாதிரியான வேறு ஒரு அழிப்பு சக்தியை பாரதி குறிப்புணர்த்துகிறாரா? அப்பாவித்தனமாக அதைக் காட்டில் ஒரு பொந்தில் வைத்த மாதிரி (பின்னால் 'வெந்து தணிந்தது காடு, வீரத்திற் குஞ்சென்று மூப்பென்றுமுண்டோ' என்று புதுசாகக் கண்டறிந்த படிப்பினை பெறுவதால் வேண்டுமென்றே அழிக்கவேண்டும் என்ற நோக்கத்துடன் அதைச் செய்யவில்லை. விளைவை யூகிக்க இயலாமல் செய்த பேதமைக் காரியம் என்பது தெளிவு) விபரீதமான ஒரு விளைவைத் தந்த ஒரு காரியத்தைக் குறிப்பிடுகிறாரா? வெந்து தணிந்தது காடு என்பதுபோல் அழிந்த வேறு ஒரு விளைவைக் காட்டுகிறாரா? கண்கெட்டுப் போனபின் சூரிய நமஸ்கார யோசனை செய்பவனாக, தன் காரியத்தின் தன்மையை திடீர் விழிப்பு பெற்றவனாக உணர்கிற நிலையைக் காட்டுகிறாரா?

இந்தக் கேள்விகள் எல்லாம் இந்தக் கவிதையில் ஒரு யதார்த்த தரத்திலே நமக்கு உணர்த்தப்பட்ட சாமான்ய உண்மைக்கு மேலாக ஒரு குறியீட்டு தரத்திலே கூடார்த்தத்திலே பாரதி எதையோ உணர்த்த உத்தேசிக்கிறான் என்ற கருத்து நமக்கு விழ வகை செய்கின்றன. இந்த இடத்தில் 'சிம்பாலிஸம்', குறியீட்டு வாதத்தை, கூடார்த்த வாதத்தைப் பற்றிக் கொஞ்சம் விளக்கிக் கொள்ள வேண்டும். ஏனென்றால், இது ஒரு 'சிம்பாலிக்' கவிதையாக இருக்கக் கூடும் என்ற ஒரு நினைப்பு நிழல் தட்ட ஆரம்பிக்கிறது. உன்னதமான தலைசிறந்த ஒரு யதார்த்தத்தை, உண்மையை தேடிப் போவது என்பது சிம்பாலிஸத்தில் புதைந்திருக்கும் பொருள். இந்த ஞானப் பார்வையை நேரடியாக வெளியிடுவது கலையில் சாத்தியம் இல்லை என்பதை ஏற்றுக்கொண்டு, லௌகீக உலகத்திலே அதுக்கு இசைவாக இருப்பவைகள் மூலமே குறிப்புணர்த்தி, எண்ணம் எழுப்ப முடியும் என்று காட்டுவது. இதை ஒப்புவமை மூலமும் குறியீடுகள் (சிம்பல்) மூலமும்தான் நிறைவேற்ற முடியும்.

சி. சு. செல்லப்பா
'அக்கினிக்குஞ்சு'

(9)

இப்பாட்டின் கதைக்கருவுக்கு எளிய சின்னஞ்சிறு காட்சிப் படிமங்கள் துணையாகின்றன. கொன்றை மரங்கள் பொன்போல மலர்ந்தன. காயாமரங்கள் நீலமணிபோல மலர்ந்தன. தோன்றி மரங்களோடு நல்ல அழகு பெற்றிருக்கிறது முல்லைக்காடு. இந்த மரங்களைப் பற்றிய முதல்நிலைப் படிமங்கள் தோன்றவைக்கும் ஒரு நனவுடன் கவிஞர் பாடியிருப்பதாகத் தெரிகிறது. அந்த முல்லைக்காடு காதலன் கண்ணுக்கும் கருத்துக்கும் அழகே உருவாகத் தோன்றுகிறது. காரணம் காதலியை இதோ பார்த்து விடலாம் என்னும் நம்பிக்கை ஒளி அவனுக்கு. தன் காதலியைப் பார்க்க வந்துகொண்டிருப்பவன் அவளைப் பார்ப்பது தன் முதல் ஆவல் என்பதையும் விட்டுவிட்டு அந்த முல்லைக்காட்டைப் பார்த்தவுடன் அதையே முதலில் கூப்பிட்டுச் சொல்லிவிடுகிறான். முல்லைக்காடு பற்றி முதல்நிலைப் படிமம் படைத்துக் காட்டும் சோதனைத் திறத்தில் இப்பாட்டைப் பாடிய சங்கக் கவிஞர் வெற்றி காண்கிறார் என்றே கூறவேண்டும்.

சி. கனகசபாபதி
'சங்கக் கவிகளின் மொழி உணர்வு'

உசாத்துணை நூல்கள்

இந்நூலிலுள்ள கட்டுரைகளை ஆயத்தஞ் செய்த காலத்தில் பயன்படுத்திய நூல்களில் சிலவற்றையும் மேற்கோள்களாக எடுத்தாண்ட நூல்களையும் இங்கு வரிசைப்படுத்தியுள்ளேன். படிப்போரின் வசதி கருதி சிறப்பாகத் தொடர்புடைய நூல்கள் தரப்பட்டுள்ளன. ஆயின், இவை நூல் முழுவதற்கும் பொருத்தமுடையன என்பது சொல்லாமலே விளங்கும்.

இந்நூற்பட்டியல் முடிந்த முடிபானதென்றோ பூரணமான தென்றோ கருத வேண்டியதில்லை. இலக்கியத்தையும் திறனாய்வையும் இந்நூலிற் கூறப்பட்ட நோக்கில் மேற்கொண்டு விரிவாக ஆராய விரும்புவோர்களுக்கு இவை வழித்துணையாக விளங்கும். தமிழ் நூல்களிலும் பார்க்க ஆங்கில நூல்கள் அதிகமாக இருப்பது மகிழ்ச்சிக்குரிய தொன்றன்று. ஆயினும் இத்துறையில் எமக்குள்ள குறைபாட்டை இது புலப்படுத்துகிறது எனலாம்.

Abrams, M.H., *The Mirror and the Lamp*, Oxford, 1953.

Bergonzi, B.(ed.), *History of Literature in the English Language*, (Vol.7), London, 1970.

Brooks, C. and Warren, R.P., *Understanding Poetry*, New York, 1969.

Carritt, E.F., *Philosophies of Beauty*, Oxford, 1931.

Crystal, D. and Davy, D., *Investing English Style*, London, 1969.

Goldberg, G.J. and Goldberg, .N.M., (ed.), *The Modern Critical Spectrum*, New york, 1962.

Lerner, L., *The Truest Poetry*, London, 1960.

Mayhead, R., *Understanding Literature*, Cambridge, 1965.

Murray, J.M., *The Problem of Style*, Oxford, 1949.

Nowottny, W., *The Language Poets Use*, London, 1962.

Reeves, J., *Understanding Poetry*, London, 1960.

Richards, I.A., *Principles of Literary Criticism*, London, 1944.

Rodway, Allan, *The Truths of Fiction*, London, 1970 (9th edition).

Scott, W.S., *Five Approaches of Literary Criticism*, London, 1962.

Sutton, W. and Foster, R., (ed.), *Modern criticism*, New York, 1963.

Ullmann, S., *Language and Style*, Oxford, 1964.

Watson, G., *The Study of Literature,* London, 1969.

Wimsatt,. W.K. and Monroe, C. B., *The Verbal Icon*, Kentucky, 1954.

அழகிரிசாமி, கு., *நான் கண்ட எழுத்தாளர்கள்*, சென்னை, 1961

இராமலிங்கம் பிள்ளை, வெ., *இலக்கிய இன்பம்*, சென்னை, 1950.

ஐயர் வ.வே.சு., *கம்பராமாயண ரசனை* (2ஆம் பதிப்பு), காரைக்குடி 1946.

கைலாசபதி, க., *ஒப்பியல் இலக்கியம்*, சென்னை, 1969.

கைலாசபதி, க., முருகையன், இ., *கவிதைநயம்*, சென்னை, 1976.

கோதண்டபாணி பிள்ளை, கு., *நெடுநல்வாடை – பாநலன்*, சென்னை, 1965.

சண்முகசுந்தரம், ல., *டி.கே.சி. வரலாறு*, சென்னை, 1955.

சிதம்பரநாத முதலியார், டி.கே., *இதய ஒலி*, சென்னை, 1958.

சிதம்பரநாத முதலியார், டி.கே., *அற்புதரஸம்*, சென்னை, 1964.

சுப்பு ரெட்டியார், ந., *கவிதையனுபவம்*, சென்னை, 1961.

ஞானசம்பந்தன், அ.ச., *இலக்கியக்கலை*, சென்னை, 1958.

தேசிகன், ரா.ஸ்ரீ., *கவிதைக்கலை*, சென்னை, 1967.

முத்துசிவன், ஆ., *கவிதையும் வாழ்க்கையும்*, புதுக்கோட்டை, 1947.

வெல்லாக், ரெனி; ஆஸ்டின் வாரன், *இலக்கியக் கொள்கை*, சென்னை, 1966.

வையாபுரிப் பிள்ளை, எஸ்., *இலக்கிய தீபம்*, சென்னை, 1952.

வையாபுரிப் பிள்ளை, எஸ்., *இலக்கிய விளக்கம்*, சென்னை, 1958.

ஜகந்நாதன், கி.வா., *பேசாத பேச்சு*, சென்னை, 1951.

ஆசிரியர் பெயர் அகராதி

அக்னிபுத்திரன், 124
அடியார்க்குநல்லார், 106
அண்ணாமலை ரெட்டியார், 42
அதிவீரராம பாண்டியன், 104,
அரவிந்தன், மு.வை, 106
அரிஸ்தோத்தில், 74
அருள்நந்தி, க.ச., 40
அலன் டேட், 82
அழகிரிசாமி, கு., 139
ஆண்டாள், 42, 45
ஆண்டியப்ப பிள்ளை, டி., 25
இராமகிருஷ்ணன், எஸ்., 123–124
இராமலிங்கம் பிள்ளை, நாமக்கல், 30
இராமலிங்கர், 107
எங்கல்ஸ், 67
எலியட், டி.எஸ்., 101–102, 114
ஏபிரம்ஸ் மெயர், 74
ஐயர், வ.வே.சு., 49, 108, 117, 139
ஒட்டக்கூத்தர், 66
ஒப்பிலாமணிப் புலவர், 43
ஓ'கொணர், 83
கணபதிப் பிள்ளை, க., 23, 28, 89
கணபதிப் பிள்ளை, சி., 30
கணியன் பூங்குன்றனார், 22
கண்ணதாசன், 37
கண்ணதாசன், 37
கண்ணன், கோ., 124
கம்பதாசன், 37
கம்பர், 122, 123
கலைவாணன், 37,
கனகசபாபதி, சி.,108–109, 137
காட்வெல், கிரிஸ்டோஃபர், 104
கீட்ஸ், 18
குருசாமி, ம.ரா.போ., 118,
கேசவன், கோ., 124
கைலாசபதி, க., 139
கோதண்டபாணி பிள்ளை, 133, 139
சண்முகசுந்தரம், ல., 139,
சண்முகரத்தினம், என்., 124
சண்முகலிங்கம், கே., 124
சயங்கொண்டார், 65
சர்மா, மார்க்கபந்து, 75, 117
சர்மா, வெ. சாமிநாத, 121
சாமி – சிதம்பரனார், 121–122
சாமிநாத ஐயர், உ.வே., 86
சிதம்பர சுப்பிரமணியன், ந., 113

சிதம்பர ரகுநாதன், 119, 123, 141

சிதம்பரநாத முதலியார், டி.கே., 39, 108, 139

சிவசங்கரன், தி.க., 119, 123

சிவத்தம்பி, கா., 10, 119, 123-124

சிவப்பிரகாச சுவாமிகள், 84

சினோ, சி.பி., 21

சீனிவாசராகவன், அ., 40

சுந்தரராஜன், பெ.கோ., 112

சுப்பிரமணிய அய்யர், ஏ.வி., 104, 119, 121, 123

சுப்பிரமணிய பிள்ளை, கோ., 122

சுப்பிரமணிய யோகி, ச.து., 37

சுப்பு ரெட்டியார், ந., 139

சுப்ரமண்யம், க.நா., 112-113

செட்டியார், வி.ஆர்.எம்., 133

செந்தில்நாதன், ச., 124

செல்லப்பா, சி.சு., 113, 115-116, 137

செல்வகேசவராய முதலியார், தி., 117

சேக்கிழார், 77, 78

சேதுப் பிள்ளை, ரா.பி., 90

சோமசுந்தர பாரதியார், ச., 118

ஞானசம்பந்தன், அ.ச., 139

ஞானி, 103, 124

டிகுயின்சி, தொமஸ், 61

டிக்கின்சன், எமிலி, 38

தமிழவன், 123, 124

தமிழ் ஒளி, 37

தாகூர், ரவீந்திரநாத, 133

தி.ஜ.ர., 116, 136

திரிகூடராசப்பர், 20

திரு.வி.க 23, 70, 84, 89, 142

திருகூடசுந்தரம் பிள்ளை, பொ., 119, 121-122

திருவள்ளுவர், 117

தேசிகவிநாயகம் பிள்ளை, சி., 42,66,122

தொல்காப்பியர் 27, 46, 56, 78, 96, 142

நக்கீரர், 79-80, 85-86, 92-94

நச்சினார்க்கினியர், 12, 96, 106, 117

நாரண – துரைக்கண்ணன், 121

நாவலர், ஆறுமுக, 16, 55, 77, 95

நுஃமான், எம்.ஏ., 124

பக்குடுக்கை நன்கணியார், 22

பட்டினத்தார், 19

பரிதிமாற் கலைஞர், 16

பரிமேலழகர், 95

பவணந்தியார், 78, 99

பாணினி, 27

பாரதிதாசன், 37, 50, 53, 136

பாரதியார், 11, 42, 68, 108, 110, 118, 122, 123

பாலசரஸ்வதி, 43

பாலதண்டாயுதம், கே., 123

பாஸ்கரத் தொண்டைமான், தொ.மு., 40, 63

பி.ஸ்ரீ., 75

பிச்சமூர்த்தி, ந., 66, 100, 114

பிராட்லி, 64

பிளேட்டோ, 74

புகழேந்தி, 20

புதுமைப்பித்தன், 26, 30, 85, 113, 114, 116

புறூக்ஸ், கிளெந்த், 81–82

பெருங்கடுங்கோ, 76

பெருந்தலைச் சாத்தனார், 43

பேராசிரியர், 12, 28, 34, 36, 41, 58, 62, 78, 88, 96, 106, 117, 121, 134

பொஸ்டர், றிச்சர்ட், 107

போப், அலெக்ஸாண்டர், 61

மகராஜன், எஸ்., 40

மணி, பெ.சு., 121

மணிவாசகர், 64

மல்லார்மே, 65

மறைமலை அடிகள், 23, 75–76, 84, 117

மாங்குடி மருதனார், 54

மாதவையா, அ., 111

மாமூலனார், 54

மார்க்ஸ், கார்ல், 67

மின்டோ, வில்லியம், 117

முத்துசிவன், ஆ., 139

முத்தையா, கே., 123

முருகையன், இ., 139

மூர்த்தி, து., 124

மெயர், லுப்கே, 91

மௌனகுரு, சி., 124

ரகுநாதன், என்.கே., 124

ராமரத்தினம், ந., 116

ராமையா, பி.எஸ்., 111, 115

ராஜகோபாலன், கு.ப., 112–114

ராஜம் ஐயர், பி.ஆர்., 111

ராஜாஜி, 66

லீவிஸ், எப்.ஆர்., 21

லெனின், 123,

லேர்னர், லோ, 61

வ.ரா. 70, 108

வரதராசன், மு., 117

வல்லிக்கண்ணன், 116, 119

வானமாமலை, நா., 119, 123 – 124

விபுலானந்த அடிகள், 29

விம்ஸாற், டபிள்யூ.கே., 32, 34, 36, 41, 44

வில்லியம்ஸ், றேமன்ட், 98

வெல்லாக், ரெனி, 39, 140

வேங்கடசாமி, மயிலை சீனி, 121

வேதநாயகம் பிள்ளை, 111

வையாபுரிப் பிள்ளை, எஸ்.,16, 42, 47, 70, 86, 119, 121– 122 140

றிச்சர்ட்ஸ், ஐ.ஏ., 25

ஜகந்நாதன், கி.வா., 40, 75, 140

ஜகன்னாதன், என்.எஸ்., 115

ஜெயகாந்தன், 124

ஸ்கொற், வில்பர், 101, 108

ஷெல்லி, 30

ஷேக்ஸ்பியர், 72

ஹௌஸ்மன், ஏ.இ., 38

ஹோமர், 36

நூற்பெயர் அகராதி

அகநானூறு, 76
அற்புத ரஸம், 39
இதய ஒலி, 39, 43, 135, 139
இரவிக்குட்டிபிள்ளைப் போர், 47
இலக்கிய தீபம், 86, 121, 140
இலக்கிய விளக்கம், 20, 47, 48, 83, 140
இலக்கியக் கலை, 41, 139
இலக்கியச் சிந்தனைகள், 4, 121
கம்பராமாயண ரசனை, 49, 117, 134, 139
கம்பராமாயணம், 39, 42, 118
கலிங்கத்துப் பரணி, 42
கலித்தொகை, 25
கவிதை நயம், 4, 85
கவிதையனுபவம், 72, 139
களவியல், 38, 144
கான்சாகிபு சண்டை, 47
குயில்பாட்டு, 18
குருதிப்புனல், 124
குருபரம்பரைப் பிரபாவம், 86
குறிஞ்சிக்கலி வழித்துணை விளக்கம், 75

குறுந்தொகை, 75
சக்கரவர்த்தித் திருமகன், 66
சங்க நூற் காட்சிகள், 75
சிலப்பதிகாரம், 22, 53, 118, 122
சீவகசிந்தாமணி, 118
தண்டியலங்காரம், 74
தமிழ் நாவலர் சரிதை, 35
தமிழ் மலர், 31, 46, 47, 51, 84
தமிழ்ச் சிறுகதை பிறக்கிறது, 116
தமிழ்ச் சுடர் மணிகள், 42, 121
தனிப்பாடற்றிரட்டு, 35
திருக்குறள் 95, 112, 118
திருக்கோவையார், 62
திருச்சதகம், 64
திருமுருகாற்றுப்படை 85
திருவாசகம், 42, 118
தேசிங்குராஜன் கதை, 47
தொல்காப்பியம், 57, 78, 134
நந்திக் கலம்பகம், 42
நன்னூல், 78

நானாடகம், 28, 29
நான் கண்ட எழுத்தாளர்கள், 139
நெடுநல்வாடை, 80, 85, 139
பஞ்சதந்திரம், 47
பதினெண் கீழ்க்கணக்கு, 21, 59
பதினெண் மேற்கணக்கு, 21
பாஞ்சாலி சபதம் 68, 122
பால பாடம், 55
பிரதாப முதலியார் சரித்திரம், 111

புறநானூறு, 43, 45, 99, 135
பெரியபுராணம், 77, 78
பேசாத பேச்சு, 40, 140
மார்க்சிய அழகியல், 124
முத்துப்பட்டன் கதை, 47
முத்தொள்ளாயிரம், 39
முல்லைப்பாட்டு, 117
ராமப்பய்யன் அம்மானை, 47

பொருள் அகராதி

அணி, 46, 61

அணுகு நெறிகள், 46

அநுகரணக் கொள்கை, 74

அவயவிக் கொள்கை, 56, 57, 67

அழகியற் கொள்கை, 57, 62, 63, 64, 66, 79

அறவியற் கொள்கை, 57, 58, 59, 60, 63, 66, 77

அறிவியல் ஐயவாதம், 37, 41

அறிவு இலக்கியம், 61, 146

ஆரவார இரசனை, 37

ஆளுமை, 53, 54, 79, 93

ஆற்றல் இலக்கியம், 61

இசை, 22, 30, 42, 43, 64, 128, 133

இடக்கர், 51

இடைச்செருகல், 48

இலக்கியக் கல்வி, 12, 14, 21, 22, 23, 24, 27, 29, 49, 92

இலக்கியக் கொள்கை, 39, 54, 55, 56, 57, 59, 62, 140

உணர்ச்சிக் கொள்கை, 57, 60, 61, 62, 63, 64, 79

உளச்சார்ச்சி வாதம், 34, 37

உளவியல் 25, 37, 39, 53, 104, 106

உள்நோக்கப் போலி நியாயம், 34, 36, 81

ஏட்டு வழக்கு, 27

கட்டமைப்பு, 82

கணிதம், 19, 64, 84

கதாகாலட்சேபம், 35

கதைப்பாடல், 45, 47–48

கவிதை வகைகள், 45

காவியம், 45, 109, 124

குழந்தைப் பாடல், 45, 51

குழுஉக்குறி, 33, 90

குறியீடுகள், 137

சங்கப் புலவர், 85

சமுதாயக் கொள்கை, 57, 59, 66, 67, 69

சமுதாயப் பாடல், 52

சமூகவியல், 100, 103, 104, 106, 120, 124

சித்திரம், 22

சிலேடை, 91

சிறுகதை, 68, 74, 75, 110, 115, 116, 119, 124, 144

சிற்பம், 22

சுவானுபூதி, 82

சூழற்காரணிகள், 25

செய்முறைத் திறனாய்வு, 26
சொனற், 72
தனிப்பாடல், 36, 45
தனிமனிதவாதம், 116
தன்னுணர்ச்சிப் பாடல், 53
தி.மு.க., 86
திரைப்படம், 39, 88, 91
நடனம், 22
நடை, 23, 27, 53, 54, 68, 80, 84, 85, 86, 87, 88, 89, 90, 91, 92, 103, 115, 116, 121, 136
நடையியல், 84, 91
நாடகம், 28, 68, 74, 82, 88, 110, 119, 124
நாட்டுப்பாடல், 48, 64
நாவல், 4, 68, 74, 110, 119, 124
நோக்குக் கொள்கை, 55
பக்திப் பாடல், 41, 62
படிமம், 137
பதிவு நவிற்சி, 44
பயன்வழிக் கொள்கை, 76, 78
பழமொழிகள், 52
பாடாந்தர ஆய்வு, 51
பாமரர் பாடல், 50

பிரசாரம், 22, 116
பிறப்புமுறைப் போலி, 34
புதுக்கவிதை, 66, 91, 112, 114, 124
பேச்சு மொழி, 26, 27
மகிழ்ச்சி தருகின்ற போலி நியாயம், 36, 81, 83
மாற்றுமுறை இலக்கணம், 25
மெய்யியல், 19, 67
மொழித்திறன், 23, 24
மொழியியல், 19, 26, 28, 84, 88, 106
யதார்த்த வாதம், 67–68
வடிவக் கோட்பாடு, 82
வணிக நோக்கு, 18, 120
வாசகர் வட்டம், 106
வாய்மொழிப் பாடல், 58
விஞ்ஞான கலாசாரம்
விடயக் கொள்கை, 81
விடுகதைகள், 52
விதிமுறை, 84
வியஞ்சகக் கொள்கை, 61
வில்லுப்பாட்டு, 47
விவரண முறை, 26, 84
வெளிப்பாட்டுக் கொள்கை, 79, 80

க. கைலாசபதியின் பிற நூல்கள்

(காலச்சுவடு வெளியீடு)

அடியும் முடியும்

(கட்டுரைகள்)

க. கைலாசபதி

ரூ. 275

இறைவனின் அடியும் முடியும் காண இயலாதென்பது நம்பிக்கை. இறைவன் படைத்த எதனையும் எல்லை காண இயலாதென்பது உட்பொருள். இடையறாமல் முயன்றால் எப் பொருளாயினும் எல்லை காணலாம் என்பது ஆராய்ச்சி.

'காலத்தொடு கற்பனை கடந்த' கடவுளை வாழ்த்தும்போதும் காலத்தின் சாயல் படியாத கற்பனை இல்லை. கடவுளும் காலத்தைக் கடக்கவில்லை.

ஆதிகவி வான்மீகி முதல் அண்மைக்காலப் புனைகதையாசிரியர்வரை அகலிகை கதையைத் தத்தம் காலத்தில் நின்று அணுகியுள்ளனர். இக்கதைகளினூடே மாறிவரும் கற்புநெறியைக் காணமுடிகிறது.

கண்ணகி கதையின் வித்துகள் சங்க இலக்கியத்தில் காணப்படுகின்றன. அவை சிலப்பதிகாரமாய், நாட்டுப்புறக் கதைப்பாடலாய்ப் பின்னர் விரிந்தன. சிலப்பதிகாரம் பற்றிய கண்ணோட்டம் காலந்தோறும் சூழல்தோறும் மாறிவருகிறது. இவற்றைக் கடந்து சிலப்பதிகாரச் செய்தியைக் காண வேண்டும்.

சுந்தரர் 'திருநாளைப் போவார்' எனக் காரணப்பெயர் மட்டுமே சுட்டுகிறார். நம்பியாண்டார் நம்பி சில வரலாற்றுக் குறிப்புகள் தருகிறார். சேக்கிழார் சேரிப் பின்புலத்தொடு கதையாக்குகிறார். கோபாலகிருஷ்ண பாரதியிடம் 'நந்தனார் சரித்திரக் கீர்த்தனை' சமய வரம்புக்குட்பட்டு வர்க்க முரண்பாட்டுக் கூறுகள் பொதிந்த நாடகமாகப் பரிணமிக்கிறது.

இவ்வாறெல்லாம் கோட்பாட்டுக் கண்கொண்டு கைலாசபதி தமிழிலக்கியத்தில் காணும் சில கருத்து மாற்றங்களை இந்நூலில் அலசி ஆராய்ந்துள்ளார்.

அரைநூற்றாண்டுக்குப் பின்னும் ஆய்வுக் கூர்மை குன்றாத இக்கட்டுரைகள், கல்விப்புல வறட்டுத் தளத்திலிருந்து முற்றிலும் வேறுபட்டு, தம் நடைநயத்தால் நம்மை வயப்படுத்துகின்றன.

பா. மதிவாணன்

ஒப்பியல் இலக்கியம்
(கட்டுரைகள்)
க. கைலாசபதி
ரூ. 275

'ஒப்பியல் இலக்கியம்' என்னும் செறிவான தொடரைத் தமிழுக்குத் தந்தவர் க.கைலாசபதி. அதன் தருக்கரீதியான பொருத்தத்தை இந்நூல் நிறுவுகிறது. ஒப்பியலின் அறிவியல் அடிப்படைகளைத் தெரிவுறுத்தித் தமிழில் இந்த முறையானது போதிய அளவு வளராமைக்கான காரணங்களை முதல் கட்டுரை விவரிக்கிறது. இதை வாயிலாகக் கொண்டு நுழையும் வாசகர் சங்கச் சான்றோர் செய்யுள் தொடங்கிச் சமகாலத் தமிழிலக்கியம் வரை – பரணர் முதல் பாரதி வரை - ஒப்பியலின் ஒளியில் கண்டு தெளிய முடியும். 1960களில் எழுதப்பட்டு இக்கட்டுரைகள் அரை நூற்றாண்டுக்குப் பின்னும் அறிவுக்கு விருந்தாகத் திகழ்கின்றன. ஒப்பியலின் தத்துவங்களையும் ஆய்வுச் செயல்முறையையும் அறிய ஆர்வமுள்ள மாணவர்களுக்கு இந்நூல் நல்ல வழிகாட்டியாகும். தமிழ் உயர் கல்வியுலகில் உலகளாவிய மிகச் சில ஒப்பியல் இலக்கிய அறிஞருள் ஒருவராக மதிக்கப் பெறும் கைலாசபதியின் ஆய்வுத் தரங்குன்றாச் சரள நடையை இந்நூலிலும் உணர்ந்து திளைக்கலாம்.

பா. மதிவாணன்

பண்டைத் தமிழர் வாழ்வும் வழிபாடும்
(கட்டுரைகள்)
க. கைலாசபதி
ரூ. 275

இம்மென் கீரனார் முதல் இன்குலாப் வரை ஒட்டுமொத்தத் தமிழ் இலக்கியப் போக்கையும் புலமைப் பின்னணியோடும் பல்துறையறி வோடும் ஒப்பிலக்கிய ஒளியில் கண்டு, சான்றாதார வலிமையும் தருக்க நெறியும் நடைநயமும் கொண்டு, தீர்க்கமான முடிவுகளை முன்வைத்துத் தமிழாராய்ச்சியுலகில் தம் தனித்துவத்தை நிறுவிக்கொண்டவர் க. கைலாசபதி.

கைலாசபதியின் அணுகுமுறையில் மார்க்சியம் துருத்தி நிற்காமல் இழையோடியது; கட்சி மார்க்சியரைக் கடந்தும் தமிழ் ஆய்வுலகில் தவிர்க்கவியலாச் செல்வாக்கு செலுத்தியது. அந்தச் செல்வாக்கைத் தொடங்கிவைத்த நூல் 'பண்டைத் தமிழர் வாழ்வும் வழிபாடும்.'

பா. மதிவாணன்

பாரதி ஆய்வுகள்

(கட்டுரைகள்)

க. கைலாசபதி

ரூ. 245

மகாகவி பாரதி பற்றிக் கால் நூற்றாண்டு இடைவெளியில் க. கைலாசபதி எழுதிய இக்கட்டுரைகளில் அவரது சீரான பார்வைப் பரிணாமத்தைக் காண முடிகிறது.

தமிழ்ப் புலமை, இதழியல், அரசியல், சமூகச் சீர்திருத்தம், ஆன்மிகம் எனப் பன்முகத் துறைகளிலும் தம் தனி முத்திரை பதித்தவர்; கவிஞராக மேலாங்கி மிளிர்ந்தவர் பாரதி.

பாரதியை உருவாக்கியதில் அவரது தனித்திறனுக்கு இடமில்லாமலில்லை. ஆனாலும் முந்திய தமிழிலக்கியங்களில் புலமை, வேத உபநிடதங்கள் தொட்டுத் தொடரும் பன்மொழி இந்திய இலக்கிய அறிவு, மேலை – ஜப்பானிய இலக்கியத் திளைப்பு, உலகளாவிய அரசியல் சமூக நிகழ்வுகள், சிந்தனைப் போக்குகளில் ஈடுபாடு முதலிய அனைத்தின் செல்வாக்கும் பாரதியை உருவாக்கியிருக்கின்றன.

பாரதி என்னும் பேராளுமையைத் துலக்கிக் காட்டுவது அவ்வளவு எளிதானதல்ல. சற்றேனும் பாரதியை ஒத்த புலமையும் கவிதை உணர்வுநலனும் கொண்டோர்க்கே அது இயலும். அத்தகைய ஆய்வாளுமை கைலாசபதியிடம் இருந்ததை இந்நூல் காட்டுகிறது.

'பாரதி இயல்' என்னும் நிலையில் அடுத்தடுத்த கட்டங்களில் ஆராய்தல், பதிப்பித்தல் முதலியவற்றுக்கும் வழிகாட்டியிருக்கிறார் கைலாசபதி.

பா. மதிவாணன்

தமிழ் நாவல் இலக்கியம்

(ஆய்வு நூல்)

க. கைலாசபதி

ரூ. 290

இலக்கியத்துக்கும் சமுதாயத்துக்கும் இடையே உள்ள உறவு பற்றிய மிக முக்கியமான தத்துவார்த்த நூல் என்ற வகையில் கைலாசபதியின் 'தமிழ் நாவல் இலக்கியம்' தமிழில் வெளிவந்த இலக்கியம் பற்றிய நூல்களில் சிறப்பிடம் பெறுகின்றது.

எம்.ஏ. நுஃமான்

தமிழுக்குள் நாவல் புதிதாகப் புகுந்தது; எழுத்தறிவுப் பரவலையொட்டி வளர்ந்தது; இலக்கியமா இல்லையா என்னும் விவாதத்தில் சிக்கி நிலைபெற்றது. தோன்றி அரை நூற்றாண்டு கடந்தும் தமிழ் உயர்கல்வியுலகம் நாவலை எதிர்கொள்ளத் தடுமாறியது. இத்தகு சூழலில் கலாநிதி க. கைலாசபதி வரலாறும் திறனாய்வும் கலந்த நோக்கில் 1950களில் தமிழ் நாவல்களைக் கண்டு காட்ட முற்பட்டார். தொடர்ந்து அவர் எழுத நேர்ந்த பிற கட்டுரைகளும் சேர்ந்து 'தமிழ் நாவல் இலக்கியம் – திறனாய்வுக் கட்டுரைகள்' என இந்நூல் உருப்பெற்றது.

நெடுங்கதையாயினும், நாவல் காப்பியத்திலிருந்து வேறுபட்டது; புனைகதையாயினும், சிறுகதையிலிருந்து வேறுபட்டது; பெரிதும் யதார்த்தவாதம் சார்ந்தது; இயற்பண்புவாத இடையீடு கொண்டது என இந்நூல் விளக்குகிறது. தமிழ்நாவல் வரலாற்றுப் போக்கில் தழுவல்களின் பின்னணியையும் தராதரத்தையும் இந்நூல் அலசுகிறது; 1960கள் வரையிலான தமிழ் நாவல் போக்கை மதிப்பிடுகிறது.

கைலாசபதி அதுவரை வெளிவந்த குறிப்பிடத்தக்க பல நாவல்களைத் தமக்கேயுரிய நடையில் சரளமாகத் திறனாய்ந்து காட்டியிருப்பதைப் படிப்பது அறிவார்ந்த சுவை நல்கும் அனுபவமாகும்.

பா. மதிவாணன்

கவிதை நயம்
(திறனாய்வு)

க. கைலாசபதி, இ. முருகையன்
ரூ. 125

கவிதை மிகப் பழைய இலக்கிய வடிவம்; காலந்தோறும் மெருகேறி வருவது; எதனையும் பொருளாகக் கொள்வது; வகைவகையாக அமைவது; சொற்களால் உருப்பெறுவது; கவிஞனின் தனித்திறனையும் கோருவது; வெளிப்படையாகவோ உள்ளார்ந்த நிலையிலோ ஓசை நயம் உடையது.

கவிதையை இயல்பாகச் சுவைக்கலாம். ஆனால் அதன் நுட்பத்தைக் காணவும் திறனாய்வு செய்யவும் பயிற்சி வேண்டும். பயில்வதெனில் கவிதைக்கூறுகளை அறிய வேண்டும்; அக்கூறுகள் இயைந்து நின்று கவிதையாவதை இனங்காண வேண்டும்; உண்மைக் கவிதையைப் போலியிலிருந்து பிரித்தறிய வேண்டும்.

கோட்பாட்டு மேற்கோள்களால் அச்சுறுத்தாமல், இவ்வாறெல்லாம் பேராசிரியர் கைலாசபதியும் கவிஞர் முருகையனும் கைப்பிடித்து அழைத்துச்சென்று கவிதை நயம் காட்டுகிறார்கள்.

பா. மதிவாணன்

E5